व्यंकटेश माडगूळकर

D9900221

मी आणि माझा बाप

मेहता
पब्लिशिंग
हाऊस

MI ANI MAZA BAAP

by VYANKATESH MADGULKAR

मी आणि माझा बाप / रुपांतरित कथासंग्रह

व्यंकटेश माडगूळकर

Email : author@mehtapublishinghouse.com

प्रकाशक

सुनील अनिल मेहता, मेहता पब्लिशिंग हाऊस,
१९४१, सदाशिव पेठ, माडीवाले कॉलनी, पुणे – ३०.

℃ ०२०-२४४७६९२४

Email : production@mehtapublishinghouse.com
Website : www.mehtapublishinghouse.com

अक्षरजुळणी

इफेक्ट्स, २१/६ब, आयडिअल कॉलनी, पुणे – ३८.

मुखपृष्ठ व मांडणी

चंद्रमोहन कुलकर्णी

मुखपृष्ठावरील लेखकाचे छायाचित्र

शेखर गोडबोले

प्रकाशनकाल

दुसरी आवृत्ती : १५ ऑगस्ट,१९९८
मेहता पब्लिशिंग हाऊस यांची तिसरी आवृत्ती : मे, २०१२ /
मार्च, २०१३/ पुनर्मुद्रण : एप्रिल, २०१७

P Book ISBN 9788184983777
E Book ISBN 9789386454843

E Books available on : play.google.com/store/books
www.amazon.in

कार्लो बुलोसान नावाच्या एका फिलिपिनो लेखकाचे 'लाफ्टर वुइथ माय फादर' हे पुस्तक कै. सदानंद रेगे यांनी बऱ्याच वर्षांपूर्वी; मला वाटते त्रेपन्न-चोपन्न साली माझ्याकडे पाठवून दिले आणि लिहिले की, 'तुम्हाला आवडेल.' हे पुस्तक मला इतके आवडले की, ह्या लेखकाचा परिचय मराठी वाचकांना करून द्यावा, असे वाटले म्हणून मी हे रूपांतर केले आहे. बापलेकाचे इतके मोकळे नाते आपल्याकडे मंजूर नाही. तरीपण ह्या पुस्तकातील बेरकीपणा, खट्याळपणा, गावरान विनोद आपल्यासारखाच आहे. वातावरणही फारसे परके नाही, काही चेहरेही वाचकांना ओळखीचे वाटतील.

ह्या लेखकाची आणखी काही पुस्तके आहेत का, ह्याचा मी तपास केला; पण ती मला आढळली नाहीत. मी ऑस्ट्रेलियाला गेलो होतो, तेव्हा कायुमांगी ओंचाको नावाचे एक फिलिपिनो अधिकारी तीन महिने माझ्याबरोबर होते. त्यांच्यापाशी मी चौकशी केली. त्यांनाही हा लेखक माहीत नव्हता.

'लाफ्टर वुइथ माय फादर', ह्या पुस्तकाला प्रस्तावना म्हणून बुलोसान लिहितात : 'एकोणीसशे एकोणचाळीस साली, बेकार होतो, म्हणून मी सान पेद्रो ह्या कॅलिफोर्नियातील गावी गेलो होतो. डबाबंद मासे तयार करायच्या फॅक्टरीपुढे शेकडो माणसे काम मिळवण्यासाठी रांगेत उभी होती. पाऊस येत होता, तासामागून तास जात होते. रांगेत उभा राहून मी फार कंटाळलो आणि वेळ जावा, म्हणून एक छोटीशी गोष्ट लिहायला सुरुवात केली. गोष्ट संपली, तेव्हा मी फॅक्टरीच्या दरवाज्यापर्यंत पोहोचलो होतो. पुढे काढावा लागलेला काळ अनेक गोष्टींचा विसर पाडणार होता.

नोव्हेंबर एकोणीसशे बेचाळीसमध्ये जगात सर्वत्र दुःख पसरले होते. दुर्दैवी घटना घडत होत्या. तेव्हा कधी काळी लिहिलेली ही गोष्ट मला माझ्या टोपीत ठेवलेली सापडली. 'न्यूयॉर्कर' हे मासिक मी पूर्वी कधी वाचलेही नव्हते. पण त्या मासिकाकडे ही गोष्ट मी प्रसिद्धीसाठी पाठवून दिली. तीन आठवड्यांनी पत्र आले, 'फिलिपिनो लोकांबद्दल आणखी काही आम्हाला सांगा.' मी म्हणालो 'जरूर!'

मग माझ्या गावाकडचे मला जे जे आठवले, ते ते मी सगळे लिहून टाकले. 'न्यूयॉर्कर'ने आणखी तीन गोष्टी घेतल्या. 'टाइम ॲण्ड कंट्री' या मासिकाने एक घेतली. 'हारपर्स बझार'ने एक घेतली. ह्या गोष्टी प्रसिद्ध झाल्यावर माझ्या देशातील लोकांनी मला लिहून कळवले की, 'तुम्ही आमच्या गावाविषयी, आम्हा लोकांविषयी लिहिले आहे.' मग मला कळून आले की, मी माझ्या गावाविषयी, गावकऱ्यांविषयी लिहिले; पण खरे तर ते सर्व फिलिपिनो शेतकऱ्यांविषयीच झाले आहे.

माणसे म्हणून फिलिपिनोचे हे चित्रण प्रथमच होते आहे. तुम्हाला ह्या गोष्टी आवडतील, अशी मला आशा आहे.

तुम्हालाही बुलोसानच्या ह्या गोष्टी आवडतील, अशी मला आशा आहे.

– व्यंकटेश माडगूळकर

अनुक्रमणिका

माझा बाप कोर्टात उभा राहिला

मी चार वर्षांचा होतो. तेव्हा आम्ही सगळे एकत्रच राहत होतो. सगळे म्हणजे आई, माझे भाऊ, बहिणी आणि मी. आमचे खेडे लहानच होते. दोन-अडीच हजार वस्तीचे. गावापासून आठ मैलांवर तालुक्याचे गाव होते. त्या गावी हायस्कूल, कोर्टकचेऱ्या, पोस्टऑफिस सगळे होते. भावाच्या शिक्षणासाठी आम्ही सगळे खेड्यातले बिऱ्हाड हलवून तालुक्याला येऊन राहिलो, तेव्हाची गोष्ट.

आम्ही मारुती संभा धुमाळ यांच्या लहान घरात भाड्याने राहत होतो. हा गृहस्थ बागाईतदार होता. त्याने आपले बिऱ्हाड गावापासून जवळच असलेल्या आपल्या मळ्यात नेले होते. आणि गावातील घर भाड्याने दिले होते.

आमच्या घराला लागूनच इनामदार सावकाराचे घर होते. सावकाराचे अनेक धंदे होते. सावकारी होती, कापडाचे, किराणामालाचे दुकान होते. मोठी शेतीवाडी होती. साहजिकच ते फार श्रीमंत कुटुंब होते.

ह्या घरातील मुलेबाळे क्वचितच बाहेरच्या धुळीत खेळताना दिसत. आम्ही भावंडे स्वच्छ सूर्यप्रकाशात नाचत-बागडत असू, गाणी म्हणत असू. पण सावकाराची पोरे दारे-खिडक्या बंद करून घरातच बसत. ह्या लोकांचे घर माडीचे; आमच्या घरापेक्षा उंच होते, मोठेही होते. माडीच्या खिडक्यांत बसून सावकारी पोरे आमच्याकडे बघत.

आमचे धुरळ्यातील खेळणे, आमचे अंगणातील किंवा पत्र्यावरील झोपणे, आमचे खाणे-जेवणसुद्धा (जेव्हा आमच्या घरात खायला असे, तेव्हा) त्यांना आपल्या घरात बसून दिसे.

सावकाराच्या घरी बरेच नोकर-चाकर होते. सगळी कामे तेच करत

असत. स्वयंपाकाचे काम करणारा माणूस सकाळ-दुपार-संध्याकाळ काहीतरी चांगले-चुंगले तळत असे, भाजत असे. ह्या भाजणाचा-तळणाचा वास सावकाराच्या घराच्या मोठ्या खिडक्यांतून आमच्यापर्यंत येई. जागजागी उभे राहून हा खमंग, खरपूस वास आम्ही पोटभर घेत असू. कधीकधी सकाळच्या वेळी सगळे घरदार सावकाराच्या खिडकीपाशी जमे. आत तुपात भाजल्या जाणाऱ्या बेसनाचा खमंग वास खात आम्ही सगळे मजेत उभे राहत असू.

मला आठवते, एकदा सावकाराच्या घरी मासा तळत होते. मासा गोड्या पाण्यातला आणि अगदी ताजा होता. मसाल्याने माखलेला माशाचा एक-एक तुकडा उचलून स्वयंपाकी कढईत टाकत होता. वास अगदी झकास सुटला होता. आम्ही बाहेर जमून या पौष्टिक अन्नातला सगळा जोम हुंगून घेत होतो. अशा मेजवानीच्या वेळीच ढेरपोटे सावकार खिडकीत आले. आमच्याकडे बघून गुरगुरले. मग ते पाळीपाळीने आमच्याकडे बघत राहिले. बघून एकाएकाला बाद करत राहिले.

आम्ही सगळेच चांगले सणसणीत होतो. रोज सूर्यप्रकाशात न्हात होतो. स्वच्छ आणि थंडगार नदीच्या पाण्यात डुंबत होतो. घरातच एकमेकांशी कुस्त्या खेळत होतो.

आम्ही सदा मस्त मजेत असायचो.

आमचे हसणे, तर संसर्गजन्य होते. शेजारीपाजारी घरावरून जाताना थांबत आणि आमच्या हसण्यात सामील होत. 'हसणे' हीच आमची श्रीमंती होती. माझा बाप पट्टीचा हसणारा. भिंतीला लावलेल्या आरशापुढे तो उभा राही. आपल्या दाही बोटांचा वापर करून आपला चेहरा वेडाविद्रा करून पाही. स्वत:लाच वेडावून दाखवी आणि मग फँऽऽ फँऽऽ हसत स्वयंपाकघरात धावे.

मनमुराद हसावे, अशा पुष्कळ घटना घरात घडत असत.

एके दिवशी आमचा एक भाऊ बाहेरून आला. येताना त्याने काखेला मारून एक बंडल आणले. बहुतेक ही काही तरी उत्तम प्रकारची खाण्याची वस्तू असावी, म्हणून आम्ही धावलो. तेव्हा त्याने ते बंडल उंच धरले आणि म्हणाला, "हां, हां, मी आधी आईच्या हवाली करणार – मग!"

आम्हा सगळ्यांच्या तोंडाला पाणी सुटले. गंभीरपणाने त्याने ते बंडल

आईच्या मांडीवर नेऊन ठेवले. लगेच आम्ही सगळे आईच्या भोवती गोळा झालो. गुडघ्यांवर हात टेकून बघू लागलो. आई बंडलाला गुंडाळलेला दोरा सोडवू लागली. आम्ही उत्सुकतेने बघत राहिलो.

आणि काय! टपदिशी एक काळे मांजर बंडलातून बाहेर पडले. साऱ्या घरभर गोंधळ माजला.

आईने पाठलाग करून भावाला गाठले आणि 'मेल्या, मेल्या!' म्हणून ती त्याला बडवू लागली. भाऊ मोठमोठ्याने 'मेलो, मेलो' म्हणून ओरडत राहिला.

आम्ही सगळे कमरेत दुमते होऊन हसलो.

आणखी एकदा माझी बहीण एकटीच मध्यरात्री उठली आणि विव्हळायला लागली. सर्वांच्या आधी आई जागी झाली. उठून बहिणीपाशी गेली. तिला समजावू लागली. ते सगळे ऐकून माझ्या इतर बहिणींनी गजर केला. उगीचच गहिवर घातला.

मग बाप जागा झाला. त्याने आधी हुशारी करून कंदील लावला. तोंडावर उजेड पडताच बहिणीने लाजून खाली पाहिले.

आईने विचारले, "काय गं?"

बहीण म्हणाली, "मी गर्भार राह्यलेय."

आई म्हणाली, "अगं, कशी राहाशील? तू तर एवढीशी आहेस. ह्या वयात गर्भारपण येत नाही."

"पण मी सांगतेय ना, मी आहे म्हणून –" बहिणीने पुन्हा रडून सांगितले.

मग माझा बाप तिच्यासमोर बसला. आपला हात त्याने मुलीच्या पोटावर ठेवला. हलकेच गोल फिरवला.

"आपण गर्भार आहोत, असं वाटतंय तुला?"

"बघा की तुम्हीच. आहे ना?"

बापाने नीट पाहिले, तो खरेच आत काहीतरी हलत होते. बाप फारच घाबरला. आईला तर धक्काच बसला. तिने विचारले, "कुणापासनं राह्यलीस गं?"

"कुणापासनं नाही."

"मग हे कसं झालं?" बापानं विचारलं.

मग बहीण झोपली होती, ती उठून बसली आणि तिने अंगातले

काढले. त्याबरोबर एक भला मोठा बेडूक टणकन बाहेर उडाला!

आईला फीटच आली!

माझ्या बापाने हातातला कंदील खाली टाकला. सगळे रॉकेल खाली सांडले. पांघरुणाने पेट घेतला.

हे बघून माझ्या एका भावाला इतके हसू आले की, पोटात दुखायला लागल्यावर लोळावे, तसा तो जमिनीवर गडबडा लोळू लागला.

आग विझवली. आईही शुद्धीवर आली. आम्ही सर्व जण आपापल्या अंथरुणावर जाऊन पडलो. झोपेची आराधना करू लागलो. बराच वेळ सगळे चिडीचिप राहिले. आता झोप लागणार, असे वाटू लागले. इतक्यात माझा बाप जो हसू लागला, तो थांबेचना.

आता पहाटेपर्यंत झोप लागणे शक्यच नव्हते, हे सर्वांना कळून चुकले.

आईने उठून दिवा लावला. आम्ही अंथरुणे गोळा करून ठेवली आणि घरभर नाचायला सुरुवात केली. किंचाळण्याला आणि हसण्याला अगदी ऊत आला. आमच्या आजूबाजूचे शेजारी जागे झाले. तेही आमच्याबरोबर हसू लागले. फक्त सावकरांच्या घरातले मात्र कोणीच जागे झाले नाही.

हे असे वर्षानुवर्षे चालले.

काळ जात राहिला. सावकाराची पोरे अंगाने बारीक, पांढुरकी दिसू लागली. आम्ही मात्र चांगले ताडमाड वाढलो. आमची तोंडे गुलाबी, टवटवीत दिसू लागली. सावकराच्या पोरांची तोंडे फिक्कट, दुःखी दिसू लागली.

सावकाराला खोकला सुरू झाला. त्याची बायकोसुद्धा ठसकू लागली. एकामागून एक अशी त्याची पोरे खोकलेकरी झाली.

रात्र झाली की, त्यांचे खोकणे सुरू व्हायचे; एक कुत्रे भुंकू लागले की अनेक कुत्री भुंकू लागतात, तसे! हे खोकणे आम्ही खिडकीतून उभे राहून ऐकू लागलो. खाण्यापिण्याच्या आबाळीने ही मंडळी आजारी पडली म्हणावी, तर तसे दिसत नव्हते. घरात खमंग पदार्थ तयार होतच होते.

मग एके दिवशी सावकार खिडकीत येऊन उभे राहिले. आमच्याकडे टक लावून पाहत राहिले. त्यांनी माझ्या बहिणींकडे बघितले. हसून हसून त्या चांगल्या फुगलेल्या दिसल्या. सावकाराने माझ्या भावांकडे बघितले. ते सगळे टणटणीत दिसले. सावकाराने धाडकन खिडकी लावून घेतली. एकच नव्हे, घराच्या सर्व खिडक्या लावून घेतल्या.

त्या दिवसापासून सावकाराच्या घराच्या खिडक्या सदैव बंद राहिल्या. पोरे कधी बाहेर दिसली नाहीत.

आतल्या तळण-भाजणाचा वास मात्र बंद खिडक्यांतूनही बाहेर पडत होता. आम्हाला मिळत होता.

एके दिवशी सकाळी लखोटा आला. आमच्या श्रीमंत शेजाऱ्याने आमच्यावर फिर्याद गुदरली होती. का तर म्हणे, 'गेली चार वर्षे आम्ही त्याच्या संपत्तीचा आणि अन्नाचा जोम चोरत आहोत!'

कोर्टात जाण्याचा दिवस उगवला. माझ्या बापाने आपला चांगला पोशाख काढला. डोक्याला जरीचा फेटा बांधला. सर्वांच्या आधी आम्ही कोर्टात पोहोचलो. मध्यभागी खुर्चीवर माझा बाप बसला. आम्ही मुले आणि आई भिंतीला लावून ठेवलेल्या बाकड्यावर ओळीने बसलो.

माझा बाप सारखा खुर्चीतून उठत होता. पुन्हा बसत होता. उडी मारून उभा राहत होता आणि हवेत वार करत होता. मला वाटते, समोर न्याय करणारे बसले आहेत, अशी कल्पना करून तो बचावाचे भाषण करत होता.

मग सावकार आले. ते फार थकल्यासारखे दिसत होते. म्हातारे झाले होते. तोंडावर सुरकुत्या पडल्या होत्या. त्यांच्याबरोबर तरुण वकील होता. खटला ऐकण्यासाठी बरेच लोक आले होते. सगळी बाके भरून गेली.

मग कोर्ट आले. उंच खुर्चीवर जाऊन बसले. सगळे जण गडबडीने उठून उभे राहिले होते, ते खाली बसले.

सुरुवातीचे रीतीरिवाज पार पडले. कोर्टाने माझ्या बापाकडे बघून विचारले, "वकील दिलाय का तुम्ही?"

"मला वकिलाची जरुरी नाही साहेब!"

"ठीक. करा सुरुवात."

सावकाराचा तरुण वकील माझ्या बापाकडे बोट करून; नाटकात बोलतात तसे बोलला.

"माझ्या अशिलाचा पैसाअडका, त्याच्या घरात शिजणारे खाद्यपदार्थ ह्यातला जोम तुम्ही चोरला. हो की नाही?"

माझा बाप स्पष्टपणे म्हणाला, "नाही."

"माझ्या अशिलाच्या घरात बोकड, कोंबडी शिजत असताना, मासे तळत असताना तू आणि तुझी मुलं, तुझ्या घरातील सगळी माणसं खिडकीपाशी उभी राहत होतात. अन्नातला सगळा जोम तुम्ही हुंगत होता. होय की नाही?"

"होय."

"माझ्या अशिलाची मुलंबाळं आणि माझा अशील आजारी, क्षयी झाला आणि तू आणि तुझी पोरंबाळं मात्र ठणठणीत, निरोगी राहिलात, होय की नाही?"

"होय."

"हे कसं?"

माझा बाप खुर्चीतून उठला आणि दोन्ही हातांचे तळवे चोळत खुर्चीभोवती फिरला.

मग म्हणाला, "मला फिर्यादीची मुलं बघायची आहेत, जज्जसाहेब."

जज्जसाहेब म्हणाले, "फिर्यादीची मुलं हजर करा!"

सगळी पोरे गरिबासारखी आली. खटला ऐकायला म्हणून जमलेल्या लोकांनी तोंडावर हात ठेवले. पांढरीफटक, काटकुळी अशी मुले पाहून सर्वांना धक्का बसला.

पोरे खाली मान घालून सावकाश चालत गेली आणि बाकावर बसली. बसल्यावरसुद्धा ती जमिनीकडे बघत होती, अस्वस्थपणे हातपाय हलवत होती.

माझ्या बापाला प्रथम काही बोलणे सुधारले नाही. खुर्चीशेजारील पोरांकडे बघत तो गप्प उभा राहिला. शेवटी एकदाचा बोलला, "मला फिर्यादीची उलट-तपासणी घ्यायची आहे."

"ठीक, करा सुरुवात."

माझ्या बापाने विचारले, "आम्ही तुमच्या पैशाअडक्यातला, खाद्यपदार्थातला सगळा जोम चोरला. आम्ही सगळे हसतखेळत राहलो; उलट तुमच्या

घरातील सगळी मुलं-माणसं आजारली, दुःखी झाली, असं तुमचं म्हणणं आहे?''

"होय.''

"ठीक, आम्ही आत्ताच्या आत्ता नुकसानभरपाई देतो.'' मग माझा बाप ताठ चालत, आम्ही बसलो होतो, त्या बाकापाशी आला. माझ्या डोक्यावरची टोपी त्याने काढून घेतली. आपल्या कोटाचे सगळे खिसे उपसून, होती नव्हती ती चिल्लर टोपीत भरली. मग तो आईपाशी गेला. आईने कमरेची पिशवी काढून बरीच सुटी नाणी टोपीत ओतली. माझ्या भावांनीही खिशात हात बुडवून काही नाणी काढली.

इतके झाल्यावर कोर्टाकडे वळून माझा बाप बोलला, "मी जरा बाहेर जाऊन उभा राहिलो, तर चालेल का?''

"चालेल.''

"मेहरबानी साहेब.''

माझा बाप दारातून बाहेर गेला. व्हरांड्यात उभा राहून ओरडला, "तुम्ही ऐका हो सावकार!''

असे म्हणून त्याने टोपीतली नाणी खळाखळा वाजवली. खाली फरशीवर सावकाश ओतली. सर्वांनाच छान आवाज आला.

मग माझा बाप परत आला आणि फिर्यादीपुढे येऊन उभा राहिला.

"ऐकलंत का सरकार?''

"काय?''

"पैशाचा जोम. मी आवाज केला बाहेरच्या फरशीवर.''

"मी आवाज ऐकला.''

"ठीक. म्हणजे मी देणं देऊन टाकलं तुमचं. काही राहिलं नाही!''

सावकाराने बोलण्यासाठी तोंड उघडले, पण न बोलताच तो खाली धरणीवर कोसळला.

त्याला सावरण्यासाठी वकील धावला.

कोर्ट म्हणाले, "केस निकालात काढली आहे!''

कोर्ट खुर्चीतून खाली उतरले. जाताना माझ्या बापाचा हात हातात घेऊन कोर्ट म्हणाले, "बरं का, माझा एक काका होता. तो हसून हसून मेला.''

माझा बाप म्हणाला, "अरे वा! तुम्हाला माझ्या पोरांचं हसणं ऐकायचं

आहे का साहेब?''

"जरूर.''

"ऐकलंत का पोरांनो, साहेब काय म्हणतात ते?''

पहिल्यांदा माझ्या बहिणीने हसायला सुरुवात केली. नंतर आम्ही. आमचे हसणे ऐकून खटला ऐकायला आलेले लोकही हसायला लागले. पोटावर हात ठेवून वाकून-वाकून हसू लागले.

सगळ्या हसण्यात जज्जसाहेबांच्या हसण्याचा आवाज वेगळा आणि फार उंच होता.

■

सैनिक माझे नाव

दुसरे महायुद्ध सुरू झाले, तेव्हा मी नाकळता होतो; पण लांब कुठे झालेल्या तोफांच्या भडिमाराने आणि बॉबफेक्या विमानांच्या घरघराटाने माझे बालपण उडवून लावले. मी फार लवकर कळता झालो. माझा मोठा भाऊ पांडुरंग सैन्यात भरती होऊन ब्रिटिशांच्या वतीने लढायला गेला, ही गोष्ट मला चांगली समजली. बरीच वर्षे चाललेले युद्ध संपले आणि माझे बालपणही संपले.

सैनिकांना रजा मिळाल्या. आमच्या गावचे अकरा लोक भरती झाले होते. त्यांपैकी तीनच माघारी आले. अकरांपैकी एक जण गोळी लागून मेला. दोघे जण आजारात मेले. तिघे जण जखमी होऊन शहराच्या इस्पितळात पडले.

परत आलेले तिघे बाजारमैदानावर दिवसभर बसून असायचे. एकमेकांशीसुद्धा बोलायचे नाहीत. खाली उगवलेले गवत उपटत ते आभाळाकडे बघत राहायचे. नाकावर माशी बसली किंवा कानाच्या पाळीला माशी चावली, म्हणजे तेवढे हलायचे. कधीकधी तिघांचे पैसे एकत्र करून ते मोटारीने सांगलीला जायचे. सिनेमा बघायचे. हॉटेलात मटन-मुर्गी खायचे. पण हे क्वचितच. जवळचे पैसे संपल्यावर ते बाजारमैदानावर बसून राहायचे. उदास डोळ्यांनी आभाळाकडे बघायचे.

हळूहळू त्यांचे कपडे फाटले, बूट झिजले. फाटके कपडे अंगावर घालून अनवाणी पायांनी ते गावातून भटकू लागले.

माझा भाऊ पांडुरंग त्या तिघांपैकी एक. तो घरी क्वचितच असायचा. रात्री आमची निजानीज झाल्यावर घरी यायचा. स्वयंपाकघरात धडपडायचा. सापडेल ते घेऊन अंधारातच खायचा. एके दिवशी त्याच्या धडपडण्यामुळे

माझा बाप जागा झाला आणि स्वयंपाकघरात गेला. हा तेथे बाटलीतून बेवडा पीत होता आणि झुणका भाकरी खात होता. त्याला बेवडा इतका आवडतो, हे माझ्या बापाला ह्या वेळेपर्यंत माहीत नव्हते.

माझा बाप आईला म्हणाला, ''करमत नाही गं त्याला. बायको आणून दिली पाहिजे.''

''काहीतरीच तुमचं. अजून त्याचं वय लहान आहे!''

''मिलटरीत शिरल्यावर वय फार झपाट्यानं वाढतं.''

मागच्या परसात पांडुरंग येरझाऱ्या घालत होता. तो मध्येच थांबला आणि पायाच्या अंगठ्याने धुरळ्यावर काही लिहू लागला. आम्ही सगळे खिडकीपाशी उभे राहून त्याला बघत होतो. त्याची नजर आमच्याकडे होती, असे लक्षात येताच आम्ही दुसरीकडे बघितल्याचा बहाणा केला.

माझा बाप कष्टी झाला. मान हलवून त्याने सुस्कारा सोडला. म्हणाला, ''पोरगं वाया चाललं!'' आणि बाहेर पडला.

पांडुरंगाने पायानेच लिहिलेले पुसून टाकले. बापामागोमाग फाटकापर्यंत गेला.

बापाने विचारले, ''काय झालं रे बाबा?''

तो म्हणाला, ''काही नाही.''

एवढेच बोलणे झाले.

असेच बोलणे व्हायचे. माझा भाऊ कधी युद्धासंबंधी, तिथे पाहिलेल्या गोष्टींसंबंधी बोलायचा नाही. आपले मन त्याने कधीच उघडे केले नाही. माझ्या बापाने पांडुरंगाच्या हाताला धरले आणि हळूच म्हणाला, ''चल, सांगलीला जाऊ.''

आईने ऐकलेच. दार धाडकन लावून ती म्हणाली, ''जा, काहीही करा!''

त्यानंतर एके दिवशी कोणी माणूस घरात आला आणि अंगणात बांधलेली आमची दुधाळ म्हैस सोडून नेऊ लागला. आई धावत गेली. त्या माणसाच्या हातून तिने दोर हिसकावून घेतला, तसा तो तिला शेपटी धरून बाहेर ओढू लागला. दोघांच्या ओढाओढीत म्हशीची दशादशा झाली. शेवटी आईने दोर सोडून दिला. म्हशीने शेपूट सोडवून घेतले आणि

नदीच्या दिशेने टोंगाळा केला.

आई त्या माणसावर ओरडून म्हणाली, "ध्या दिवसा घरात शिरून जनावर चोरतोस? थांब, तुला शिपायाच्या हवाली करते."

तो माणूस म्हणाला, "बाई, मी जन्मात कुणाची चोरी केली नाही. पण माझं मात्र काही ना काही सारखं चोरीला जातं. ही म्हैस मी तुमच्या नवऱ्याकडनं विकत घेतलीय."

"मोठा आलास विकत घेणारा! खरेदी-पावती दाखव आधी मला."

"हो-हो, ही बघ. वाचा." खिशातून कागद काढून माणूस म्हणाला.

आई म्हणाली, "बघ तूच. मला नाही वाचता येत."

ह्यावर तो गृहस्थ भलताच संतापला.

पत्र्यावर शेंगा वाळत होत्या. त्या कावळ्याने खाऊ नयेत, म्हणून मी पत्र्यावर बसलो होतो. तो म्हणाला, "ये बाळ, खाली उतर आणि ही पावती तुझ्या आईला वाचून दाखव."

मी म्हणालो, "मला वाचायला येत नाही."

"लिहावाचायला शिकलेलं कुणी घरात आहे का तुझ्या?"

"आमचा शंकरकाका सही करतो."

"त्याला वाचायला सांग."

"सहीपलीकडे त्याला दुसरं काही येत नाही. कधी शिकलाच नाही; पण तो धंदा करतो. एकाचं घेऊन दुसऱ्याला विकतो. सही घेतल्याशिवाय कोणी त्याच्याकडचा माल घ्यायला धजत नाही. म्हणून तेवढी सही घालायला शिकलाय. त्याच्यावर भरवसाच नाही कोणी ठेवत, पण तसा तो सच्चा आहे. रात्री तो पैसे लावून पत्ते खेळतो. जागरण झालंय काल, म्हणून झोपलाय. उठवू का?"

"राहू दे." असे म्हणून तो माणूस म्हशीच्या मागावर पळाला.

माझा बाप दोन रोजगारी माणसे बरोबर घेऊन आला. आमच्या आणि शंकरकाकाच्या घराच्या मध्ये काही झाडे होती, ती तोडण्याचे काम तो करून घेत होता.

आईने पदर खोचला. हातात एक दांडके घेऊन ती रस्त्याकडे जाऊ लागताच, मीही मागून गेलो.

आईने माझ्या बापाला विचारले – "तुम्ही म्हैस विकली काय?"

"नाही गं, तू घरात जा बघू. मला माझं काम करू दे."

"आधी मी विचारते, त्याचं उत्तर द्या."

यावर माझा बाप फारच कावला. हातातली कुऱ्हाड उगारून तो म्हणाला, "म्हैस विकू नाही तर काय करू? दुसरं आहे काय घरात विकायला? पैसा आणू कुठनं दुकान काढायला?"

"कसलं दुकान काढताय?"

"बेवड्याचं – ह्या वर्षी मक्ता मी घेतोय."

"तेवढंच राहिलं होतं, काढा दुकान – मी चालले!"

आई रागाने घरात आली. लाथ मारूनच तिने दार उघडले. आपले कपडे गोळा केले. माझ्या दोन बहिणींना घेऊन ती लगेच आमच्या खेड्यात राहायला गेली.

माजी सैनिक उदास का होते, ते मला माहीत होते. दारूचे दुकान उघडून माझ्या बापाने पाटी लावली –

'फक्त माजी सैनिकांसाठी!'

मग बाजार मैदानावर बसायचे सोडून, माझा भाऊ आणि त्याचे दोस्त त्या दुकानापुढे टाकलेल्या बाकावर बसू लागले. आनंदाने पिऊ लागले. मग ते आनंदी दिसू लागले. गाणी म्हणायचे, हसायचे. रात्री ते घराकडे जायला निघाले, म्हणजे माझा बाप सोबत करायचा. रस्त्याने लेफ्ट-राइट करत, संचलन-गीते गात ते चालायचे. लोकांच्या झोपा मोडायच्या. रस्त्यावर त्यांच्या पावलांचा आवाज एवढा व्हायचा की, बरेच माजी सैनिक लेफ्ट-राईट करत आहेत, असे वाटायचे.

त्या लोकांनी गावातल्या लोकांशी कधी भांडणे केली नाहीत. आपापसात मात्र ते मारामाऱ्या करत, एकमेकांची तोंडे फोडत, नाके ठेचत. ते आपापसात असे मारामारी का करतात, ते आम्हाला कधीच समजू शकले नाही. पांडुरंगाला माहीत असावे, पण त्याने ते आम्हाला कधीच सांगितले नाही. आपापल्या अशा स्वतंत्र जगात हे माजी सैनिक राहायचे. त्यांचा आनंद बघून कोणी तिऱ्हाईत माणूस त्यांच्यात जाऊन बसला रे बसला की, त्यांचे गाणे-हसणे एकदम बंद होत असे. तिऱ्हाईताने मुद्दाम बोलणे काढले, तरी सगळे गुपचूप बसायचे. एकमेकांकडे बघायचे. मग त्यांना बोलते करण्यासाठी तिऱ्हाईत आपल्या पदरचे पैसे खर्चून बेवडा मागवायचा. पण हे लोक

ग्लास घेऊन ती धुरळ्यात ओतून देत. तिऱ्हाईत चकित व्हायचा आणि उठून जायचा. तो गेला की, पुन्हा माजी सैनिकांचे गाणे-हसणे सुरू व्हायचे.

देवराव देशमुख गावातला सर्वांत श्रीमंत माणूस होता. त्याच्या घरातला नोकर बेवड्याची बाटली न्यायला आला. माझा बाप त्याला म्हणाला, "लेका, पाटी वाचायला येत नाही का? वाच."

नोकर म्हणाला, "मी वाचायला शिकलो नाही."

मग बापानेच पाटीवरचा मजकूर सांगितला – 'फक्त माजी सैनिकांसाठी.'

तो माणूस म्हणाला, "मी माजी सैनिक नाही, देवराव देशमुखांचा चाकर आहे. मुकाट्याने बाटली द्या, नाहीतर जड जाईल!"

माझा भाऊ पांडुरंग बोलला, "कोण रे तू टिक्कोजी लागून गेलास!"

"मी देवराज देशमुखाचा चाकर."

माझा बाप म्हणाला, "जा तुझ्या मालकाला सांग, ह्या दुकानी दंडेली चालायची नाही!"

सगळे माजी सैनिक म्हणाले, "हां जा, सांग जा!"

देवराव देशमुखाचा चाकर घाबरला. पळत वाड्यावर जाऊन त्याने मालकाला ही गोष्ट सांगितली.

लगेच आपली जीपगाडी घेऊन देशमुख दुकानावर आले. त्यांनी एक बाटली मागितली.

माझा बाप म्हणाला, "बाटली मिळणार नाही."

"का?"

"देवराव देशमुख, तुम्हाला वाचायला येत नाही का? दुकानावर काय पाटी आहे?"

देवराव देशमुख, रागावून म्हणाला, "शंकर, डोस्कं फिरलंय काय तुझं? कुणाला सांगतोस?"

"मला दारू विकायची नाही! देशमुख, तुम्ही जा माघारी!"

"दहा बाटल्या घेतो!"

"मला तुझे पैसे नकोत!"

"मी तुझं सगळं दुकान विकत घेतो. तुझी किंमत सांग, तुला विकत घेतो!"

दरम्यान बरचे लोक जमले होते. लोकांच्या देखत आपला अपमान

झाला, म्हणून देवराव फार रागावला होता.

देवरावला दुकानाबाहेर घालवून दार लावत माझा बाप म्हणाला, ''मला तुझा पैसा नको!''

देशमुख रागाने जीपमध्ये बसला आणि धुरळा उडवत जीप निघून गेली.

माझा बाप म्हणाला, ''ह्या लोकांना वाटतंय, पैशानं काहीही विकत मिळतं! हँ!''

देशमुख यँवऽ करणार, त्यँवऽ करणार, अशा बातम्या सारख्या उठत होत्या.

दरम्यान तिघेही माजी सैनिक गावातून नाहीसे झाले. आणि परत आले, ते बऱ्याच दुसऱ्या माजी सैनिकांना घेऊन. ही सगळी झुंड गावात आली आणि बाजारपेठेतून लेफ्ट-राइट करू लागली. गावाने इतके माजी सैनिक कधीच बघितले नव्हते.

माझ्या बापाच्या दुकानापुढे बसून हे लोक बेवडा पीत.

नदीशेजारच्या पटांगणात त्यांनी तंबू ठोकले. राहू लागले. आसपास गावकऱ्यांच्या मळे-बागा होत्याच, पण कुणाच्या कशाला त्यांनी हात लावला नाही. त्यांच्या हद्दीत गेलेल्या कोंबड्या ते हाकून बाहेर काढत. अगदी हेवा करावा, अशी शिस्त त्यांनी ठेवली होती. सगळी कामे बिनबोभाट होत. फुरसतीच्या वेळी हे लोक गाणी गात, नाचतसुद्धा. त्यांच्या तंबूभोवती बांधलेल्या दोरांना धरून लोक त्यांचे गाणे-बजावणे ऐकत, नाच बघत. हे शिपाई लोक फारच आनंदात असत.

माझ्या बापाचे दारूचे दुकान एकाएकी आग लागून जळून गेले. आम्हा सगळ्यांना कळून चुकले की, हे काम देशमुखाच्या नोकराचे आहे.

माजी सैनिकांनी आपापल्या छोट्या टोळ्या तयार केल्या. एकएक टोळी देशमुखांच्या दारापुढे उभी राहून गाणे गाई, बेंडबाजा वाजवी. एकाची पाळी झाली की दुसरी टोळी, दुसरी झाली की तिसरी. रात्र न् दिवस देशमुखाच्या घरापुढे सप्ताह सुरू झाला. देशमुखाची झोप उडाली. त्याचे मन खात राहिले.

देशमुखाने कायदेकानू पाहिले. पण गाणे गाणाऱ्या माणसांवर खटला

भरण्याची सोय नव्हती. शिवाय सगळे जण माजी सैनिकांना घाबरत होते. उद्या हे टोळके करून आपल्याही घरापुढे गात राहिले तर?

मग देशमुखाने आपल्या वाड्याची दारे, खिडक्या बंद करून टाकल्या. बरेच दिवस तो बाहेर पडलाच नाही.

माजी सैनिकांचा सप्ताह सुरूच राहिला.

एके दिवशी रडत-ओरडत देशमुख घराबाहेर आला. म्हणाला, "थांबवा, बंद करा हा गोंधळ!"

माझ्या बापाने विचारले, "झालेले नुकसान भरून देशील का?"

"तुम्ही गोंधळ बंद करणार असाल, तर वाटेल ते देईन!"

मग माजी सैनिक तंबूकडे परत गेले. माझ्या बापाला दुकानाबद्दल नुकसानभरपाई मिळाली. बरेच जादा पैसे मिळाले. मग बापाने नवी म्हैस घेतली आणि आईला आणण्यासाठी तो खेड्यावर गेला. आई आणि बहिणी परत आल्या.

माजी सैनिक जयघोष करत निघून गेले.

माझा भाऊही त्यांच्याबरोबर गेला.

पण देवराव देशमुख वेडा झाला. त्याने गळफास लावून घेऊन जीव दिला. त्याच्या नोकरांनी बघितले, तेव्हा त्याची जीभ लांब हातभर बाहेर आलेली होती.

■

गावात तीन मास्तरणी येतात

मी पाच वर्षांचा असताना आमची शाळा मोठी करण्याचा निर्णय पंचायतीने घेतला. कारण लढाई संपली आणि बरेच माजी सैनिक गावात आले. त्यांनी बरीच प्रजा वाढवली. हे काम त्यांनी कसे काय केले, याचा सर्वांना विस्मय वाटला. कारण माजी सैनिकांपैकी फक्त एक जणच काय तो निरोगी आणि ठणठणीत असा होता.

ही सैनिकांची मुले दिसामासाने वाढू लागली. रस्त्यावरच खेळू लागली. वाहनांना आडवी येऊ लागली. आपल्या बापाप्रमाणे तीसुद्धा सदोदित घराबाहेर राहणे पसंत करत.

पंचायतीने खास मीटिंग घेतली आणि अशा मुलांसाठी शाळा उघडायची, असा निर्णय घेतला.

या निमित्ताने तीन मास्तरणी आल्या.

माझी आई म्हणाली की, ''ह्या बया शहरगावच्या आहेत, वागणुकीनं तशाच असतील!''

पण ह्या बाया आल्यामुळे आईला थोडी कमाई करण्याची संधी आली. तिला काही भांडीकुंडी घ्यायची होती. मास्तरणींना राहायला जागा मिळत नाही असे समजताच, तिने बाबूबरोबर निरोप पाठवला की 'आमच्याकडे जागा आहे. हवं तर या आणि राहा.'

ह्या बाया 'गावात' आल्या असाव्यात, असे कुणाला वाटत नव्हते, कारण त्या फार नटव्या होत्या. त्या ओठ रंगवत, गाल रंगवत आणि छान-छान पातळे नेसत. पायात नाजूक चपला घालत. गावातून हिंडताना त्या छात्या काढून हिंडत आणि डोळे मोडत. जाणाऱ्या-येणाऱ्यांचे त्यांच्याकडे फार लक्ष जाई. रिकामटेकडे लोक तर त्यांच्या पाठीमागून हिंडत.

गावातील स्त्रिया ह्या बायांपासून चार हात दूर राहत. त्या रस्त्याने दिसल्या की, दुसरीकडे बघितल्यासारखे करत. बाया पुढे गेल्या की, मान वळवून धुळीत थुंकत. पण त्याचे ह्या मास्तरणींना काही वाटत नसे. त्या आपल्या खळखळून हसत आणि चालू लागत. गावातील तरुण मुलींशी मैत्री करण्याचा मास्तरणी प्रथम प्रयत्न करत. 'एखाद्या पुरुषाने आपल्याशी बोलले की, गालातल्या गालात हसावे; तरणी पोरे आजूबाजूला असल्यावर कसे चालावे,' हे मास्तरणी तरुण मुलींना शिकवत, समजावून देत. गावातल्या बायका ह्या मास्तरणींकडे संशयाने बघत. आपले नवरे ह्या बायकांविषयी चांगले बोलले, तर लगेच डोळे वटारून दटावत.

अशी एकूण परिस्थिती होती. ह्या परिस्थितीमुळे माझ्या बापाने रानात काम करणे सोडून दिले. पिकात फार तण वाढले. ओढाळ गुरांनी पीक खाल्ले. हे सगळे होणार, ह्याची कल्पना असतानाही माझा बाप खुशाल गावात हिंडत राहिला. रानात जाण्याचे त्याने अजिबात सोडून दिले. आणि आमच्या बाबूने तर शाळेत नाव घालून शिक्षणच सुरू केले.

मीसुद्धा शाळेत नाव घातले. कारण काय, तर एकदा त्या मास्तरणींनी मला झाडावरची शहाळी काढून मागितली. तर मी आमच्या परसात गेलो. तिथे एडक्याने मला अशी धडक दिली की, माझा जीवच जायचा. पण मी मुळीच रडलो नाही. मास्तरणींना वाटले की, ह्याला एवढा मार लागला आहे की, रडतासुद्धा येत नाही. त्यांनी मला आपल्याबरोबर शाळेत नेले. माझ्यासाठी दुकानातून गोळ्या आणवल्या. मी रडावे, म्हणून नाना तऱ्हा केल्या. त्यांना हे कळत नव्हते की, लागलेला मार रडून, भेकून काही भरून काढता येणार नव्हता.

माझा बाप येईपर्यंत तापलेले वातावरण निवले नाही.

मुख्य शाळेला लागूनच एक गवती छपराची इमारत होती. म्हणजे सैनिकांच्या मुलांची शाळा. मी कुणाचा मुलगा होतो, हे खरे तर सगळ्यांना ठाऊक होते. पण मी सारखा म्हणत राहिलो की, "मी सैनिकाचा मुलगा आहे."

"कोणता सैनिक? त्याचं नाव काय?"

मी वडिलांचे नाव सांगितले!

"वा! ते कुठले सैनिक?"

"होता."

"साधा सैनिक का हवालदार, जमादार?"

मी म्हणालो, "खरं तर तो मेजर झाला असता, पण साधा सैनिक म्हणून राहणंच त्याला पसंत होतं!"

"वा! थोरच माणूस म्हणायचा. आमची भेट होईल का?"

"मी सांगेन त्यांना!"

महायुद्धातला जुनापुराणा ड्रेस चढवून माझा बाप शाळेत आला. शाळेच्या ग्राउंडवर परेड करून त्याने आपला ड्रेस पोराबाळांना दाखवला. वर्ग सुरू झाला, तसा तो मागल्या बाकावर बसला. मास्तरणीकडे बघून त्याने डोळे मोडले... शाळा सुटली आणि मुले ग्राउंडवर खेळू लागली, तसा पुन्हा मिलटरी पद्धतीने चालून तो ड्रेस दाखवू लागला.

शाळेच्या प्रमुखांनी माझ्या बापाला सांगितले की, "आपण शाळेत येणे बंद करा. मुलांच्यावर तुमच्या वर्तणुकीचा परिणाम होतो आहे."

माझ्या बापाची फार निराशा झाली. पण तरीही तो शाळेच्या भोवती हिंडू लागला. ग्राउंडच्या कुंपणाबाहेर राहूनच तो मुलांना ऑर्डरी देई. त्यांची परेडसुद्धा घेई. शाळा ह्यावर काही करू शकत नव्हती. शाळेच्या कुंपणाबाहेरून कुणी मुलांना परेड शिकवली, तर त्याविरुद्ध काही करता येईल, असा कायदाच नव्हता.

मग मला शाळेतून काढून टाकावे, असा निर्णय शाळेने घेतला. मी विद्यार्थी नव्हतोच.

पुढच्या बाकावर बसून मी मास्तरणीच्या तोंडाकडे बघत असे. कधी कधी पेन्सिल तिच्या टेबलाखाली टाकून, ती आणण्यासाठी रांगत रांगत टेबलाखाली जात असे. त्याबरोबर मास्तरीण उठून फळ्यावर काही लिहू लागे.

इतर कोणी विद्यार्थी पेन्सिल टाकायला घाबरत.

शाळेत नाव घालता येण्याइतके माझे वय नाही, ह्याचे मला फार वाईट वाटले. शाळेच्या एकंदर कायदेकानूंवर माझा बाप फार नाराज झाला.

रस्त्यापलीकडच्या गुत्त्यात बसून तो उदासपणे शाळेकडे पाही.

याच सुमारास मास्तरणीच्या कुणी मैत्रिणीने शहरगावाहून एक ग्रामोफोन भेट म्हणून पाठवला. तो लावून मास्तरणी डान्स करू लागल्या. त्या घरात धांगडधिंगा घालत. माझा बाप डोळे बाहेर काढून त्यांच्याकडे बघत राही.

मग मास्तरणींनी आमच्या बाबूला नाच शिकवायला सुरुवात केली. काही दिवस जुगार खेळणे बंद करून बाबू नाच शिकत राहिला. पण त्याला तिन्ही मास्तरणींबरोबर नाचायचा कंटाळा आला. तो म्हणाला, ''तुम्ही माझ्या धाकट्या भावाला शिकवा. म्हणजे मला कंटाळा आला, तर तो नाचत जाईल तुमच्या संगतीनं.''

मास्तरणींना वाटले की, ह्याचे मोठे भाऊ सुट्टीत आले आहेत. त्यांनी विचारले, ''तुझा कोणता भाऊ?''

त्यासरशी पुढे होऊन मी खुलासा केला. ''भाऊ म्हणजे मी!''

''हे पोर?''

बाबू म्हणाला, ''हो, हाच. ह्याला शिकवा नाचायला!''

''अरे, हा फार लहान आहे. याला कसं जमेल?''

''तुम्ही त्याला पोरासारखं घ्या आणि फिरवा.''

मी लगेच म्हणालो, ''आमचा बाबू लई डोकेबाज!''

मास्तरणी म्हणाल्या, ''खरंच मजा येईल हं!''

मग एकीने मला खाकेत उचलून घेतले आणि नाचायला सुरुवात केली. माझे पाय जमिनीपासून सुटले. मग रेड्यावर बसल्यावर घालावी, तशी पायाची मिठी मी मास्तरणीच्या कमरेभोवती घातली. हे काही नाचणे नव्हते. पण मला छान वाटत होते.

मी विचारले, ''अहो, आमच्या वडिलांनासुद्धा शिकवा की!''

''अरे, पण त्यांचं काय आता शिकण्याचं वय आहे?''

''छे! तसं नका हं मानू. त्याच्या बाबतीत वयाची काहीही आडकाठी नाही. तो काहीही शिकेल ह्या वयात!''

''हो! मग हरकत नाही, शिकवू.''

माझ्या बापाने नाच शिकायला सुरुवात केली. मी, बाबू आणि माझा बाप आणि तिन्ही मास्तरणी. आम्ही घरात अगदी दंगा उडवून दिला.

आई सगळे खपवून घेत होती, कारण मास्तरणी पैसे देत होत्या, हे तिला पाहिजे होते. मास्तरणी शाळेतून आल्या की, नाचायला सुरुवात होई.

आई आमची जेवणाची ताटे वाढून झाकून ठेवून बाहेर जात असे. आमची जेवणे होऊन निजानीज झाली, म्हणजे ती परत येई.

इकडे काही वेगळेच घडत होते. आम्हाला कळायला उशीर लागला. आम्ही जेव्हा नाचत होतो, तेव्हा शेजारपाजारची तरणी पोरं-पोरीसुद्धा नाचत होत्या. मास्तरणींप्रमाणेच सर्व चालले होते. उड्या मारायच्या, फिरायचे, गिरक्या घ्यायच्या... सगळे तसेच! आम्हाला फार उशिरा हे कळले. कळले तेव्हा, आजूबाजूच्या घराघरातून पोरं-पोरी नाचत होत्या.

माझा बाप म्हणाला, "छान, असंच वागायला पाहिजे!"

"काय पाहिजे हो?" माझ्या आईने रागाने विचारले.

"कळेल तुला, लवकरच कळेल!"

"काय कळेल?"

ही आमच्या आईची आपली बोलण्याची पद्धत होती. खरे तर तिला सारे माहीत होते.

मग दुपारी शाळा सोडून देऊन मास्तरणी घरी आल्या की, लोकांचा मोठा जमाव त्यांच्याभोवती जमू लागला.

लगेच आईला कल्पना सुचली. तिने घरगुती पदार्थ, चहा तयार केला. आणि माफक दरात विकायला ठेवला. अशा पद्धतीने आईने बरेच पैसे मिळवले.

पण तिसरीच गोष्ट घडली. गावातल्या तरण्या पोरांची नैतिक बाजू ढासळली. पोरींना सैनिकांपासून व्हावी, तशी पोरे होऊ लागली. पंचायतीला ह्या गोष्टीचा धक्काच बसला. ताबडतोब मीटिंग भरली. मास्तरणींना काढून टाकावे, असा ठराव पास झाला.

मग शहरातून आलेल्या मास्तरणी परत निघून गेल्या. दरम्यान आईने भांडीकुंडी घेतलेली होती. पण मास्तरणी आपल्या मागे जे ठेवून गेल्या, ते गावात फार काळ राहिले!

■

आहेर

आमच्या शंकरकाकाला तीन मुलगे होते. ही तिन्हीही मुले गाव सोडून शहरगावी गेली आणि कसलेकसले धंदे करू लागली.

मी आठ वर्षांचा होतो. काकाचे दोन मुलगे कुठे होते, हे मला माहीत नव्हते. फक्त सर्वांत धाकटा मुलगा मुंबईला होता, ठेक्याने इमारती बांधण्याचे काम करणाऱ्या एका मोठ्या कंपनीत त्याला लठ्ठ पगाराची नोकरी होती, असे मी ऐकले होते. त्याचे नाव पोपट होते. पोपट दिसायला 'छकडा' होता. मुंबईला जाण्याअगोदर गावात तो रानमोराच्या तोऱ्यात हिंडत असे.

एके दिवशी लग्न-समारंभाला हजर राहून मी आणि माझा बाप घरी परत येत होतो. वाटेतच काकाचे घर होते. घरापाशी येताच आम्हाला बरीच गर्दी जमलेली दिसली. एक भली मोठी मोटारगाडी दारात उभी होती. काकाच्या घरात सगळीकडे दिवे लावलेले होते. घर उजळून गेले होते. रात्र अगदी काळी-काळी होती. तो झगमगाट बघत आम्ही रस्त्यावरच्या झाडाखाली उभे राहिलो.

जरा वेळाने काका बाहेर आला. त्याच्या हातात बॅटरी होती. वरचेवर ती पेटवून तो इकडेतिकडे झोत टाकत होता. कधी दुसऱ्याच्या घरावर, तर कधी नारळाच्या झाडावर. असे करता करता एकदम बॅटरीचा झोत आमच्यावर पडला.

काका म्हणाला, "अरे, तुम्ही इथं उभे का?"

बाप म्हणाला, "बघतोय. तू काय नवी बायको आणलीस काय?"

काका म्हणाला, "मी नाही, पोरगा आलाय मुंबईसनं, त्यानं झकास बायको आणलीय."

"बघू तरी."

मी आणि माझा बाप पुढे झालो. कुंपणावरून उड्या मारून आत गेलो. आवारात जमलेल्या गर्दीतून वाट काढत घराचे दार गाठले. बैठकीच्या दालनात पोहोचलो.

बायकापुरुषांच्या गराड्यात पोपट चिरूट ओढत होता. त्याच्या अंगावर जाड लोकरीचा कोट होता. चांगले उकडत होते. पोपट घामाने डबडबला होता. तरी बेट्याने कोट अंगावरून काढला नव्हता.

गावातला एक म्हातारा पुढे झाला आणि पोपटाच्या मऊ लोकरी कोटावर त्याने हात फिरवून पाहिला. एक नागडे पोर पुढे झाले आणि त्याने पोपटाच्या बुटावर हात फिरवून हाताचा वास घेतला.

लोकांना बाजूला सारून माझा बाप पुतण्याच्या समोर उभा राहिला. म्हणाला, "सुस्वागतम्!"

पोपट म्हणाला, "ओहो, या काका. तुमच्यासाठी मी मुंबईहून एक खास चीज आणली आहे."

असे म्हणून कोटाच्या खिशातून रमची बाटली काढली. ती आनंदाने घेऊन माझा बाप म्हणाला, "मला तुझी बायको बघायची आहे, पोपट."

"राणी –" माझ्या चुलतभावाने बायकोला हाक दिली.

घरात एक खास खोली होती. माझ्या काकाची तिजोरी आणि इतर चीजवस्तू ह्याच खोलीत ठेवलेली असे. त्या खोलीतून गोड आवाज आला.

"आल्ये हं राजा!"

"तुझी तयारी करून झाली का?"

"झाली हं."

खोलीचे दार नाजूक हाताने उघडून एक लावण्यवती बाहेर आली. दाराशी उभी राहिली. आपल्या सुंदर काळ्याभोर डोळ्यांनी तिने चोहीकडे पाहून घेतले.

सारी मंडळी भारून गेली. लोकांनी काही बोलावे, म्हणून तोंडे उघडली; पण आनंदाने घसा दाटून आल्यामुळे कोणी काही बोलू शकले नाही. जमलेल्या बायकामुलांनी दीर्घ निःश्वास सोडले.

मग माझा चुलतभाऊ त्या सुंदरीपाशी गेला. तिच्या पातळ कमरेभोवती हात टाकून म्हणाला, "ही सारी मंडळी तुला बघायला आलीत."

"हो – किती छान! तुम्हा सगळ्यांना बघून मला किती आनंद झालाय!"

"आणि राणी, हे माझे काका –"

राणी गोड हसली. नमस्कारासाठी हात जोडून म्हणाली, ''हो? किती छान!''

माझ्या बापाचा चेहरा अगदी उजळून निघाला. तोंडून शब्द उमटले, ''राणी!''

पोपट माझ्याकडे बोट करून म्हणाला, ''आणि हा माझा धाकटा भाऊ –''

पोपटच्या सुंदर बायकोने खाली वाकून माझ्या हनुवटीला हात लावला. विचारले, ''काय रे?''

माझा बाप मला हळूच म्हणाला, ''म्हण, तू फार छान दिसतेस.''

मी म्हणालो, ''राणी, तू किती सुंदर आहेस!''

''अय्या!''

पोपटची बायको छान-छान हसली. म्हणाली, ''फारच हुशार आहेस हं, तू!''

मग माझा बाप सगळ्यांना उद्देशून म्हणाला, ''चला, आता बाहेर जाऊ या. त्या दोघांना विश्रांती घेऊ द्या!''

सगळा घोळका पाठ फिरवून बाहेर जाऊ लागला. तरण्याताठ्या पोरांनी पुन्हा पुन्हा मागे वळून पाहिले. पोपटची बायको हसून म्हणाली, ''बरं आहे!''

काकाने दुसऱ्या दिवशी बोकड मारले आणि आपल्या मुलाने मुंबईहून बायको आणली, म्हणून सर्व शेजारपाजाऱ्यांना जेवायला आमंत्रण केले. माझा बाप पोपटच्या बायकोवर फार खूश झाला होता. शहरगावी जाऊन त्याने चांगली दोन पोते भाजी आणली आणि काकाच्या घरी पाठवून दिली. जेवायला जायच्या वेळी आपला ठेवणीतला पोशाख घातला.

जेवायला ही गर्दी जमली. मुंबईच्या बायकोसाठी लोकांनी नाना देणग्या आणल्या. त्यांचा ढीग पडला.

बैठकीवर बसून माझा बाबा काकांशी बोलत होता. तो म्हणाला, ''मी सांगतो तुला. ही पोरगी पंजाबी आहे.''

''छे रे, ती सिंधी मुलखातली आहे. तिकडं बाया चांगल्या असतात. गोऱ्या आणि देखण्या!''

''नाही बाबा, ती पंजाबची आहे. इतक्या चांगल्या पोरी सिंधी नसतात.

मी मुंबईला गेलो होतो एकदा, तेव्हा पंजाबी बायका बघितल्या होत्या.''

तेवढ्यात पोपटच तिथे आला. त्याने विचारले, ''काय वाद चाललाय काका?''

''तुझ्या बायकोवरनं वाद चाललाय बाबा. मी म्हणतोय ती सिंधी आहे. हा म्हणतो पंजाबी. पंजाब्याची भाषा अशी असती होय?''

पोपट म्हणाला, ''तुमच्या दोघांचीही चूक आहे. ती पारशी आहे!''

माझा बाप आणि काका एकमेकांकडे बघतच राहिले. त्यांनी पारशी बाई आजवर कधी बघितलीच नव्हती.

दोघेही उठून तिच्याकडे जाऊ लागले. लोकांचा घोळकाही मागून गेला. जवळ-जवळ सगळ्यांनी तिच्या केसाला हात लावून त्यांचा मऊपणा पाहिला. त्वचा पाहिली. तिच्या बोटांकडे बोटे दाखवली. तिच्या गालाला स्पर्श केला. जमिनीवर गुडघे टेकून बसून तिचे पाय पाहिले, आणि त्यांची तारीफ केली. तिच्या उभार छातीकडे पाहून आश्चर्य व्यक्त केले.

मग पंगत बसली. जेवणाचा बेत झकास झाला होता. पोपट आणि त्याची बायको एका वेगळ्या पंगतीला बसली. त्यांना 'हवे नको' ते बघण्यासाठी माझा काका सारखी धावपळ करत होता. त्यांना अमुक एक वस्तू हवी, असे स्वतःच ठरवून ती आणून देत होता.

लवकरच जेवणे संपली.

आपल्याला काही भेट देता आली नाही, याची माझ्या बापाला फार रुखरुख लागली. त्याने बसून बसून खूप विचार केला. मग एकाएकी त्याला काही सुचले. काकाच्या दंडाला धरून माझ्या बापाने विचारले, ''सगळ्यांनी आहेर केले का?''

''हो, का रे?''

''मी...'' माझा बाप ओरडून म्हणाला, ''...माझं अर्धं घर तिला भेट म्हणून दिलं!''

काकाला फार आनंद झाला.

मला हे खरे वाटले नाही.

आहेर जाहीर करून बरेच दिवस झाले. दरम्यान काही घडले नाही. माझ्या बहिणी आणि आई मावशीच्या गावी गेल्या. त्यांना काहीच माहीत नव्हते. मला वाटले, माझा बाप भावनेच्या भरात काही बोलून गेला. आहेर म्हणून कोणी घर देते का? तो काही असे करणार नाही.

पण आई माघारी येण्यापूर्वी आधी काही दिवस, दहा-बारा माणसे आमच्या घरी आली. फावडी, कुदळी, गाड्या घेऊन आली आणि त्यांनी अर्धे घर पाडायला सुरुवात केली. लाकूड, वासे, विटा, दारे, खिडक्या, कौले, पत्रे असे सामान त्यांनी काढून घेतले.

गावाहून परत आल्यावर माझ्या बहिणी आणि आई एकमेकींकडे बघतच राहिल्या. आईच्या डोक्यावर तांदळाचे ओझे होते. बहिणींपाशी फळाच्या करंड्या होत्या.

आईने मला विचारले, ''आपलं घर कुठाय?''

''हे काय? आपलंच की हे घर!''

''हो, पण अर्धा भाग?''

''तो बाबानं देऊन टाकला.''

''जुगारात?''

''नाही. आहेर म्हणून काकाला दिला. पोपटनं पारशी बायको आणलीय ना म्हणून!''

आईचा विश्वास बसला नाही. आम्ही घरात आलो. आई स्वयंपाकाला लागली. दरम्यान बहिणींनी आम्हाला झोपण्यापुरती जागा करून घेतली. फारच लहान घर राहिले होते. मोकळ्या अंगाने वावरण्याचीसुद्धा अडचण झाली. जेवण करून आम्ही झोपण्याच्या तयारीला लागलो. आई आणि माझ्या बहिणी जमिनीवरच झोपल्या. एका बाजूला धान्याची पोती रचली होती. मी त्याच्यावर चढून झोपलो.

मध्यानरात्री पाऊस सुरू झाला. समुद्राकडून येणारा जोरदार वारा सुरू झाला. उरले घर आता पडते की काय, असे वाटू लागले.

काही वेळाने माझा बाप आला. पण आईने दार उघडले नाही. ती बापाला आत घ्यायला तयार नव्हती. ''रात्रभर बाहेरच राहा. पावसात झोपा.'' असे तिने आतून ओरडून सांगितले.

माझा बाप म्हणाला, ''असं का बरं?''

तर आई मोठ्याने ओरडून म्हणाली, ''हा माझा तुम्हाला आहेर!''

■

बाप गेला

माझ्या बापाने आमचे घर आहेरात दिल्यामुळे रागावलेली आई, माझ्या दोन बहिणींना उचलून आजीच्या गावी राहायला गेली, ती तिकडेच.

ती परत गावी यावी, घरप्रपंच नीट चालू व्हावा, म्हणून माझा बाप शेतात फार राबला; पण आई परत आली नाही. तिच्या मनानेच घेतले होते की, नवऱ्याला आता चांगला धडा शिकवायचा.

माझ्या बापाने दारू पिणे सोडले, जुगार खेळणे सोडले; तरीसुद्धा आई परत आली नाही. एकवार उठून ती जी गेली, ती तीन महिने तिकडेच होती. आम्हाला उभ्या-उभ्या भेटून जावे, असेसुद्धा तिला कधी वाटले नाही.

माझा बाप वेडाच झाला. कधी घराबाहेर पडेना. शेतात गुडघा गुडघा तण वाढले.

माझा बाप माझ्या काकाला जेव्हा तेव्हा विचारू लागला, "मी काय करू ते सांग."

यावर एकवार काका म्हणाला, "मरून जा!"

बाप म्हणाला, "ते कठीण. मला मरावं वाटत नाही. जगण्यात मजा आहे."

"खरं?"

"नसत्या गोष्टीवर वाद घालू नकोस. माझ्यापुढं आहे तो प्रश्न आधी सोडव!"

"एक सांगू?"

"सांग की... तेच विचारतोय मी."

"काही दिवस बेपत्ता हो. तुझी दाढी चांगली वाढली, म्हणजे माझ्या

पुतण्याकडून मला निरोप धाड.''

"म्हणजे काय होईल?''

"सगळं ठाकठीक होईल. तू गेल्यावर आम्ही सगळ्यांना कळवून टाकू – तू मेलास म्हणून!''

"पण मरू कसा?''

"खोटा खोटा मर. म्हणजे तुझी बायको झक मारत माघारी येईल.''

यावर पाठ फिरवून माझा बाप भिंतीपाशी गेला. भिंतीवर डोके टेकवून विचार करू लागला. जरा वेळाने तोंड फिरवून त्याने काकाकडे मोठ्या आशेने पाहिले.

"हा तोडगा लागू पडेल म्हणतोस?''

"अरे, हमखास!''

"तुला काय माहीत?''

"अरे, मरणानं मन विरघळतं.''

"ठीक, मग मी मरतोच.''

आम्ही दोघे घरात गेलो. एका पोत्यात तांदूळ भरले. थोडे मीठ, थोडी चटणी, बेसनाचे पीठ घेतले. रात्र पडल्यावर दोघेही डोंगराकडे गेलो. जंगलात रानटी फळे पुष्कळ होती. खाण्याजोगे कंदही होते.

सकाळ झाल्यावर मला परत जायला सांगून माझा बाप जंगलातच राहिला.

हळूहळू दिवस जाऊ लागले. आठवडे गेले. महिने गेले. पण माझा बाप परत आला नाही.

एके दिवशी रात्री एक माणूस अंगणात आला आणि उघड्या खिडकीतून खडे घरात टाकू लागला. मी दिवा घेऊन बाहेर आलो. पाहिले, तर दाढी वाढवलेला एक माणूस समोर उभा. त्याच्या पाठीशी पोते होते.

मी विचारले, "कोण तुम्ही?''

"ओळखलं नाहीस?''

"नाही. जा आमच्या दारातनं –''

"अरे पोरा, मी तुझा बाप!''

मी दिवा वर करून बघितले. बापाच्या तोंडावर आलेल्या जटा बाजूला करून नीट पाहिले. मग ओळख पटली.

"फसलास नाही का पोरा?"

मी म्हणालो, "फसलो खरा."

"आता जा काकाकडे, म्हणावं मी आलोय!"

"हा निघालोच."

मी काकाकडे गेलो. बातमी देताच काका तातडीने आला. तो पुढच्या तयारीला लागला. तिरडी तयार करू लागला. मला म्हणाला, "पोरा, असाच टाकोटाक जा आणि आईला सांग की, बाबा मेला!"

बाप म्हणाला, "पण मी मेलोय कुठं?"

"बायको परत घरी आली पाहिजे नं?"

माझा बाप ओरडून म्हणाला, "पण मी मेल्यावर काय उपयोग?"

काका म्हणाला, "जरा धीर धर."

मी टाकोटाक आजीच्या गावी गेलो आणि आईला खबर दिली. आईचा विश्वास बसेना. तिने घरी परत यावे, म्हणून हा बनाव होता, असे तिला वाटले. 'ह्याच्याशी कोणी बोलू नका', अशी ताकीद माझ्या बहिणींना देऊन ती उद्योगाला बाहेर निघून गेली.

मी आमच्या सर्व नातेवाईकांना खबर दिली, पुतण्याला जाऊन कळवले. लगेच सर्व जण आमच्या घराकडे निघाले.

परत येईपर्यंत बरेच लोक अंगणात जमले होते. काही लोकांनी पत्त्याचा डाव सुरू केला होता.

दरम्यान कसे काय कोण जाणे, पण काकाने आणि बापाने मिळून ताटी तयार केली होती. मला बघू नकोस म्हणून सांगितले, लांब पिटाळले.

बापाला बघून लोक चौकशी करत होते, "तो दाढीवाला कोण हो?"

काका ज्याला त्याला सांगत होता, "डोंगरातला साधू आहे."

शेवटी प्रेतयात्रा निघाली. माझा बाप, काका, पुतणे खांदेकरी होते. वाटेतच मला वाण्याकडे सामान घेणारी आई दिसली. काकाने खूण करताच मी तिला जाऊन सांगितले की, "आता तरी चल! बाबा चालले."

प्रेतयात्रा बघून आई घाबरली.

"म्हणजे खरंच गेले ते?"

"खलास!"

त्यासरशी हातातले सामान तिथेच टाकून आई धावत सुटली. प्रेतयात्रेतच

गेली. तिला बघताच, बापाने कपाळावरचे केस बाजूला सारले. डोळे मिचकावले. त्याचा चेहरा उजळला. पाय धुरोळ्यात नाचू लागले. प्रेताला दिलेला खांदा बदलून त्याने चेहरा दडवला.

स्मशानभूमीवर पोहोचेपर्यंत आई सारखी रडत होती. तिथे गेल्यावर कपाळाला हात लावून ती बसली. रडत-रडत ती बोलू लागली.

"अहो, सगळा दोष माझा आहे. मी पुन्हा अशी वागणार नाही. मी घरी येईन, पण तुम्ही माझ्याशी बोला, हसा; तुमच्यासाठी मी काहीही करीन."

मग काकांनी समजूत काढून तिला परत धाडले. 'आता इथे थांबायचे नसते', म्हणून सांगितले. आई परत गेली. आणि काकाने, पुतण्यांनी आणि जमलेल्या मोजक्या लोकांनी पुढचा प्रकार उरकला. त्यांनी काय केले, हे जाणून घेण्याची मला फार उत्सुकता होती. पण काकाने मला स्मशानात थांबू दिले नाही.

मध्यरात्रीच्या सुमारास माझा बाप घरी आला. त्याने केस कापून घेतले होते. स्वच्छ दाढी केली होती. त्याला बघताच माझ्या बहिणी भिऊन ओरडल्या. आईने त्याला मिठी मारली. आनंदातिशयाने तिला रडू आले.

मी मोठ्यामोठ्याने हसू लागलो. घरभर नाचू लागलो. त्या भरात ही सगळी गंमत आम्ही कशी केली होती, हे मी सांगू टाकले.

आईने रागारागाने बापाला ढकलून दिले. ओरडून म्हणाली, "दुष्ट कुठले. जा, टळा घरातून!"

■

माझ्या भावाचं लग्न

उन्हाळ्यातली गोष्ट. धंद्यासाठी चारी दिशांना गेलेले माझे सगळे भाऊ चार दिवसांत घरी आले होते. मोडक्या वस्तू दुरुस्त करण्याकडे उत्तमरावाचा पहिल्यापासून कल. रिपेअरी करण्याचा धंदा त्याच्या आवडीचा. मागच्या दारी टाकलेल्या गाडीच्या चाकाशी तो काही ठोकाठोकी करत होता. पांडुरंगाने दोन भुंगे पकडले होते. काचेच्या पेल्याखाली त्यांना घालून तो खेळ बघत होता. नाना घरात येरझारा घालत होता. मध्येच खिडकीशी उभा राहून आभाळाकडे बघत होता. माझा बाप जमिनीवर झोपला होता.

बाहेरून मी घरी येतोय, तेवढ्यात हा प्रकार घडला. स्वयंपाकघरात बसून बाबू भात खात होता. हातातला घास तोंडात घालता घालता तो मध्येच थांबला आणि मोठ्यांदा म्हणाला, ''मला लग्न करायचं आहे!''

हातातला घास त्याने ताटात ठेवून दिला. आणि आम्हा सर्वांकडे अगदी अनोळखी नजरेने पाहिले.

बापाचे उघडे होते, ते तोंड एकदम मिटले. झोपला होता, तो ताडकन उठला. स्वयंपाकघरातल्या ह्या भिंतीपासून त्या भिंतीपर्यंत त्याने दोन फेऱ्या मारल्या. त्याच्या डोळ्यांवरची झोप अजून उडालेली नव्हती. तो म्हणाला, ''कोण बोललं हे, ही अवदसा कुणाला आठवली?''

बाबू धीटपणे म्हणाला, ''मला! मी बोललो.''

हे ऐकताच पांडुरंगाला एवढा धक्का बसला की, काचेचा पेला त्याच्या हातून खाली पडून खळकन फुटला. धावत धावत तो स्वयंपाकघरात आला आणि बाबूच्या समोर उभा राहिला. काही बोलावे, म्हणून त्याने तोंड उघडले आणि पुन्हा धावत पहिल्या जागी आला. भुंगे कुठे पळाले, ते शोधू

लागला. उत्तमरावानेही हे ऐकले होते. हातात हातोडा घेऊन तो आत आला आणि बाबूकडे त्याने अशा काही नजरेने बघितले की, हा आता त्याच्या डोक्यात हातोडा घालणार, असे वाटले. त्याने उजव्या हातातून डाव्या हातात हातोडा घेतला.

नानाने फाडकन बाबूच्या तोंडात ठेवून दिली. म्हणाला, "साल्या, भुईतनं वर आला नाहीस अजून, तंवर ही तयारी?"

माझा बाप ओरडला, "शांत व्हा. ह्या गोष्टीवर नीट विचार झाला पाहिजे!"

आपण ह्या भानगडीत नको, म्हणून मी बाहेर पळू लागलो. तेव्हा बापाने मला पाय धरून खाली पाडले. माझ्या पाठीवर बसून तो विचार करू लागला. सगळे भाऊ त्याच्याभोवती जमून निर्णयाची वाट बघू लागले.

बापाने बाबूला विचारले, "न्हाती-धुती बायको पाहिजे का रे?"

बाबू म्हणाला, "हो."

"तू तर बारा वर्षाचा आहेस. एवढं वय पुरं, असं वाटतं का?"

बाबू म्हणाला, "तुम्ही नाही का ह्या वयात आईशी लग्न केलं!"

"पण मी ताकदीनं भारी होतो. तेवढी ताकद तुला आहे, हे आधी दाखव मला. हाताबाहेर गेली, तर बायकोला वठणीवर कसा आणशील?"

ह्यावर माझ्याकडे बोट दाखवून बाबू म्हणाला, "ह्याला जमीनदोस्त करू का?"

माझ्या पाठीवरून बाप उठला. त्याने मला उभे केले. बाबूने माझी मानगूट पकडली आणि मला खाली खेचू लागला. मी त्याचा उजवा दंड गच्च धरला आणि लोंबकळत राहिलो. त्यासरशी त्याने माझ्या पोटात जोरदार लाथ ठेवून दिली. मला जन्म आठवला. कळ अगदी डोक्यापर्यंत पोहोचली. मग मी त्याचे केस धरले आणि होती नव्हती तेवढी ताकद लावून ओढले. आरडत ओरडत बाबूने लाथा हाणायला सुरुवात केली. मग मी ओढलेले केस एकदम सोडले. त्यासारशी तो धाडकन भुईवर आपटला. मला लाथ मारण्यासाठी त्याने डाव पाय उचलला. तेवढ्यात उत्तमने त्याची नडगी धरून हातोडा मारला. डावा पाय वर उचलून, रांगत-सरकत बाबू कोपऱ्यात गेला आणि नडगीवर फुंकर मारत बसून राहिला. तो वेदनेने विव्हळत होता.

माझा बाप जवळ जाऊन म्हणाला, "काय रे, अजून बायको पाहिजे

असं वाटतंय का?''

बाबू म्हणाला, "हो. जखमांकडं कोण बघणार दुसरं?''

'ठीक. गाडी जोडली का रे उत्तम?''

"हां. दहा माणसं बसतील, काळजी नको.''

माझ्या बापाने बाबूला गाडीपाशी नेले. वर चढवले. आम्ही सगळे गाडीत बसलो. उत्तमने कासरा हातात घेतला आणि बैलांना छपाटी लगावली. शहरगावच्या मुलींबद्दल माझ्या बापाचे चांगले मत नव्हते. खेड्यातल्या बऱ्याच मुली आम्हाला सांगून येत होत्या. माझा बाप आम्हाला बरोबर घेऊन मुली बघण्यासाठी एक-दोनदा गेलाही होता. पण, आमच्यापैकी ही गोष्ट कुणीही मनावर घेतली नव्हती.

बाबू म्हणाला, "मला खेडवळ पोरी आवडत नाहीत. त्यांच्या अंगाला मातीचा वास येतो.''

यावर माझा बाप एक चकार शब्दही बोलला नाही.

गाडी हाकून उत्तमराव थकला होता. त्याने आपल्या हातातला कासरा पांडुरंगाला दिला. आणि गाडीत उताणा पडला. डोळ्यावर टोपी ठेवून निवांत झोपून गेला. आम्ही नदी पार केली, तरी तो जागा झाला नाही. नदीपलीकडचे पहिलेच गाव दिसू लागले, तेव्हा लगेच माझ्या बापाने पांडुरंगाच्या हातचे कासरे आपल्या हातात घेतले आणि म्हणाला, "थांब, ह्या गावात जायचं आहे.''

गवताने शाकारलेली, आजूबाजूला तंबाखूचे पीक असलेली वस्ती होती. माझा बाप पुढे गेला. गाडी सोडून त्याने बैलं चरायला सोडली. वस्तीच्या दारातच जळणासाठी काटक्या तोडत एक माणूस बसला होता. आम्हाला बघताच त्याने हातातले काम बंद केले. माझा बाप त्याला म्हणाला, "हां बापूदादा, आता वेळ आली बरं का!''

त्यासरशी वस्तीच्या धन्याचे डोळे आनंदाने लखलखले.

"बरं, बरं, कुणासाठी?''

माझ्या बापाने बाबूकडे बोट दाखवले.

मुलीच्या बापाने डोळे बारीक करून बाबूला बघितले.

बाबूभोवती त्याने दोन फेऱ्या मारल्या. गुरांच्या बाजारात जनावर पारखतात, तसे त्याने बाबूला पारखले. सगळे बघून झाल्यावर तो माझ्या बापाकडे

आला. आता त्याच्या डोळ्यातली चमक गेलेली होती.

पांडुरंगाकडे नजर टाकून तो म्हणाला, ‘‘मला वाटतं, हा लग्नाचा आहे. चांगला तगडा आहे. घरजावई करून घेईन. माझी शेती सांभाळायला असलाच पोरगा पाहिजे!’’

त्यावर बाबूला पुढे करून माझा बाप म्हणाला, ‘‘हाही चार वर्षांत भारी होईल. ह्याला धाकट्या पोरासारखा काही नाद नाही. चांगलं खाऊपिऊ घातलं, म्हणजे हा मनानं नाही, तरी अंगानं तगडा होईल.’’

मुलीच्या बापाने मुलीला हाक मारली. चांगली साडी नेसून ती बाहेर आली. तिला बघताच माझ्या बापाने विचारले, ‘‘अशी का आजाऱ्यासारखी पांढरी पांढरी दिसतेय ही?’’

‘‘दिसतेय तशी. नाही कशाला म्हणू. मी तिला सारखी घरातच डांबतो. वाटलं, तशानं रंगाला बरी दिसंल. हिच्या बाकीच्या बहिणी उन्हातान्हात हिंडून काळ्या पडल्यात. त्यांना नवरे आमच्यासारखे नांगरगट्टेच मिळणार!’’

बापाने बाबूला विचारले, ‘‘आवडली का तुला?’’

‘‘मला उंच होईल ही फार!’’

‘‘अरे, तू वाढशील की अजून. आता बारावं वर्षं आहे. वाढशील अजून!’’

‘‘मला लहान मुलगी पाहिजे.’’

‘‘हिच्या बापाची मोठी शेती आहे तंबाखूची.’’

‘‘मी तंबाखू खात नाही. ओढतही नाही. पैसा देणार आहेत का?’’

माझा बाप विचारात पडला. ‘होय’ म्हणावे, तर बाबू पत्त्यावर जुगार खेळण्यात पटाईत होता. त्याने कुबेराला भिकेला लावले असते. मग त्या मुलीला जवळ घेऊन माझ्या बापाने विचारले, ‘‘ह्या पाच जणांपैकी तुला कोण पसंत आहे मुली?’’

तिने बोट दाखवले, ते उत्तमरावाकडे.

‘‘अगं, हा तर मुलखाचा आळशी आहे.’’

ती म्हणाली, ‘‘पण मला आवडला, तंबाखूइतका.’’

‘‘म्हणजे? तू विड्या ओढतेस काय?’’

‘‘नाही, मी तंबाखू खाते.’’

हे ऐकताच, रेडा अंगावर आल्यासारखा बाबू बाजूला झाला. नानाला बायको हवी होती. पण बापाने त्याला गप्प केले.

“मला पाहिजे ही.” नाना खाजगी आवाजात म्हणाला.

त्यासरशी मनगट धरून माझ्या बापाने त्याला पोरीजवळ ओढत नेले.

“हा पसंत आहे का गं?”

“नाही.” म्हणून मान हलवत मुलगी मागे सरली.

“अग हा हुशार आहे. पुस्तकं वाचतो.”

“मग नकोच मला.”

माझा बाप मुलीच्या बापाला म्हणाला, “बापूदादा, काही जमत नाही. बघू पुन्हा. चलतो. रामराम!”

उत्तमरावाने गाडी जुंपली. आम्ही बसलो, दुसऱ्या घराकडे निघालो. एका घराच्या अंगणात पाच मुली भात कांडत होत्या. आम्हाला बघताच एक मुलगी आत गेली आणि बापाला घेऊन बाहेर आली.

माझा बाप म्हणाला, “हां. आलो बरं का सोयरीक जमवायला!”

म्हातारा अगत्याने पुढे आला. उत्तमराव गाडी सोडत होता. त्याला मदत करू लागला. आम्ही मुलीपाशी गेलो. त्यांनी कांडण थांबवले. मुसळावर रेलून आमच्याकडे बघू लागल्या. नवरा पसंत करण्याची वेळ येऊन ठेपली होती, हे त्यांनी ओळखले होते.

त्यांचा म्हातारा बाप म्हणाला, “पोरींनो, हे पाच पांडव आहेत. ह्यातला कोणताही निवडून घ्या!”

हातातली मुसळं खाली टाकून पोरी धावल्या. त्यांनी मलाच धरले.

“हां, हा पाहिजे आम्हाला!”

माझ्या बापाला धक्काच बसला. काही बोलण्यासाठी त्याने तोंड उघडले, पण मुलीच्या बापाने त्याला गप्प केले. त्या पोरींनी मलाच गराड्यात घेतले.

शेवटी माझा बाप म्हणाला, “हां, तो नाही. फार लहान आहे अजून.”

मुली म्हणाल्या, “होईल मोठा, आम्ही थांबू तोवर.”

माझा बाप म्हणाला, “तो जंगली आहे. त्याचे डोळे बघा.”

मुली वाकून-वाकून माझ्या डोळ्यांत बघू लागल्या. मग एकत्र बसून काही कुजबुजल्या. सगळ्या मिळून बापापाशी गेल्या. काही विचार झाला. सगळ्यांनी पांडुरंगाला घेरला.

“मग, हा तरी –?”

त्यांचा बाप म्हणाला, “हे बघा, तुम्ही सगळ्या एकाशी लग्न कशा करणार?”

पोरींची फारच निराशा झाली. एका पोरीने भाताच्या पाच काड्या घेतल्या. काड्या लहानमोठ्या होत्या. पण तिने त्या मुठीत झाकून टोके तेवढी बाहेर काढली. एका एका मुलीने काडी उपसून घेतली. सर्वांत लांब काडी कुणाच्या हाती आली, हे पाहिले. सगळ्यात लहान मुलगी होती. तिच्या हातात सर्वांत लांब काडी आलेली होती. मग सगळ्या जणींनी तिला पांडुरंगाकडे ढकलली.

पांडुरंग म्हणाला, "मला नको ही, फार लठ्ठ आहे!"

माझा बाप म्हणाला, "अरे, झडेल ती. लगेच कामाला जूप. चांगलं तेल काढ तिचं! तुझ्या आईला मी असंच केलं होतं. ती हिच्यापेक्षा दुप्पट होती, मी लग्न केलं तेव्हा. आता कशी बुजगावण्यासारखी दिसते."

म्हातारा घरात गेला आणि जमिनीचे कागदपत्र घेऊन आला. म्हणाला, "पोराला आंदण म्हणून ही जमीन मी देतोय."

माझ्या बापाने कागद बघितले आणि पांडुरंगाला म्हणाला, "ह्या पोरीशी लग्न कर!"

उत्तमराव पळत गाडीकडे गेला. त्याने गाडी जोडली.

माझा बाप म्हणाला, "चला पाव्हणे, तुम्हीही आमच्या गावी. पोराच्या आईनं मुलगी बघायला पाहिजे."

पोरगी गाडीत बसली. पांडुरंगाला तिच्या शेजारी बसवले. गाडी निघाली.

उत्तमरावाने बैलाला छपाट्या लगावल्या. आम्ही भरधाव गावाकडे सुटलो.

लठ्ठ पोरीला धरून बाबू रडायला लागला. म्हणाला, "माझं न्हायलंच की –"

■

पांढरा घोडा

एके दिवशी एका पांढऱ्या घोड्याला घेऊन माझा बाप घरी आला. घोड्याचा मालक बरोबर होता. घोडा घरी आणताच माझा बाप त्याच्यावर स्वार झाला आणि अंगणातल्या अंगणात रपेट करू लागला. घोडा उत्तम चालीचा होता.

मी बघत उभा होतो. ''अरे ये, बाजूला हो, जनावर बुजेल. ये, बाजूला हो. लाथ लागेल!'' असे माझा बाप मला सारखा दटावत होता. घोड्याचा मालक दाढेला तंबाखू धरून लाकडाच्या ओंडक्यावर निवांत बसून होता.

अंगणातल्या अंगणात रपेट करून हौस भागेना, रग जिरेना. म्हणून माझा बाप घोडा उडवत पार नदीपर्यंत जाऊन आला. अंगणात परत येताच मालकाने घोडा धरला. तो म्हणाला, ''जनावर दमलंय, त्याला आता विसावा पाहिजे.''

त्यावर बाप म्हणाला, ''मी हा घोडा विकत घेणार आहे आणि तुम्ही बसून बघू देत नाही मला?''

मालक शांतपणे म्हणाला, ''विकत घेतल्यावर बसा पाहिजे तितकं.''

बापाने मला विचारले, ''तुला पसंत आहे का रे पोरा?''

मी म्हणालो, ''उत्तम घोडा आहे. नाव काय ह्याचं?''

''हिरा. बसून बघायचं आहे का?''

''हो, हो जी!''

बापाने मला उचलून घोड्यावर बसवले. मी लगाम खेचून इशारा करताच घोडा एकवार खिंकाळला आणि कुंपणावरून टणकन उडी मारून बाहेर रस्त्यावर उधळला. तुफान धावू लागला. मला मागे वळून पाहायचे होते. पण घोडा चौखूर सुटला होता. मालकाने मोठ्याने मारलेली आरोळी

मला ऐकू आली. रस्त्याने जाणारे लोक बाजूला पळू लागले. घराघराच्या खिडक्या-दारांशी बघे जमले. घोडा विजेसारखा पळत होता.

कचेरीजवळ पोहोचताच, कारकून लोकांनी खिडकीतून मला पाहिले आणि आरोळ्या दिल्या. फौजदार-कचेरीतून फौजदारसाहेब बाहेर आले आणि आपल्या घोड्यावर स्वार होऊन माझा पाठलाग करू लागले. माझा घोडा थेट नदीकडे सुटला.

आम्ही पुलाशी आलो. घोडा एकदम थांबला आणि मागचापुढचा विचार न करता त्याने एकदम पाण्यात उडी घेतली. आमच्या मागोमाग फौजदाराच्या घोड्यानेही पाण्यात उडी घेतली. पाणी खोल होते. पण प्रवाहाला ओढ नव्हती. पोहून पलीकडे गेलो. काठाला लागलो.

काठावरल्या मळीत हिरवागार मळा होता. तिकडे घोडा मला घेऊन गेला. पिकात शिरून खाऊ लागला. मागोमाग फौजदार आला. माझ्या घोड्यापाशी आणून त्याने आपला घोडा उभा केला. मिशांवर हात फिरवून मला विचारले, "काय रे बाळा, हा सुरेख घोडा आणलास कुठनं?"

"एका अनोळखी माणसाचा आहे."

"चोरलास काय तू?"

"नाही साहेब, माझा बाप त्या माणसाकडनं विकत घेणार आहे."

"अस्सं? मला फार पसंत पडलाय. काय किंमत आहे?"

"मला माहीत नाही. माझ्या बापालासुद्धा फार पसंत पडलाय, पण त्याच्यापाशी पैसे नाहीत!"

फौजदार विचार करून म्हणाला, "माझ्याजवळ आहेत पैसे. मी घेईन हा घोडा विकत."

"कशाला? तुमचा हा घोडा उत्तम आहे की!"

"तुझ्या घोड्यानं पाण्यात घेतलेली उडी आणि त्याची रस्त्यावरची दौड बघून आपण खूश झालो. नाव काय ह्याचं?"

"हिरा."

"शोभतं. हा घोडा साधासुधा नाही, रेसचा आहे. चल, मला त्या माणसाला भेटायचं आहे."

आम्ही बरोबर निघालो. कचेरीतल्या लोकांनी हात उडवून आरोळ्या दिल्या. भिंतीवर लाथा मारल्या. आमचे दोन्ही घोडे बरोबरीने धावत होते. मजेने खिंकाळत होते.

माझा बाप आणि घोड्याचा मालक वाट बघत दारात उभेच होते. मला बघताच बाप धावत आला. घोडा धरून त्याने मला 'खाली उतर' म्हणून सांगितले. मालक पाय हापटत होता, बडबडत होता.

"पोरा, तू माझा घोडा दुखावलास. दुखापत केलीस माझ्या हिराला!"

फौजदार मध्येच म्हणाला, "मी विकत घेतो हा घोडा."

त्यासरशी माझा बाप घोड्यावर आडवा पडला.

जणू काही दुसरा घोडा मारामारीला धावून आला, म्हणून हा ह्या घोड्याला वाचवतोय.

मालक म्हणाला, "मला माझं जनावर विकायचंच नाही."

फौजदार म्हणाला, "दीडशे रुपये देतो."

माझा बाप म्हणाला, "मी दोनशे देतो."

मालकाला खरे वाटले नसावे. त्याने विचारले, "रोख?"

"हो, माझे नारळ विकतो आणि देतो."

मालकाने विचारले, "कुठं आहेत नारळ?"

काकाच्या घराच्या मागे असलेल्या नारळाच्या बागेकडे हात दाखवून बापाने म्हटले, "ते काय?"

मालकाने बघितले, तर प्रत्येक झाड नारळाने लगडलेले होते.

मालक म्हणाला, "ठीक. ठरला सौदा."

फौजदाराने बापाला विचारले, "तुम्हाला करायचं आहे काय, एवढं चांगलं जनावर? तुम्ही काही सरकारी नोकरीत नाही."

माझा बाप म्हणाला, "माझी हौस आहे."

फौजदार म्हणाला, "शोभेल अशी हौस करावी. मी तुला हवालदार करीन!"

"हवालदार होऊन काय करू? मला लिहा-वाचायला येत नाही."

"अरे, न का येईना. लोकांना दमदाट्या करून पैसे उकळ, चैनीत राहा."

माझ्या बापाने थोडासा विचार केला.

"मला ही पापवासना झाली नाही, तोवर तुम्ही जा फौजदारसाहेब. नाहीतर मला मोह होईल आणि मी आपल्या भाऊबंदांना ठकवत पैसे उकळीन गोरगरिबांकडनं!"

फौजदारसाहेबांची फार निराशा झाली. आपल्या घोड्याचा लगाम ओढून त्यांनी उदास नजरेने रत्याकडे पाहिले आणि ते निघून गेले.

लगेच घोड्यावर मांड टाकून बापाने मला हुकूम केला, "झाडावर चढून नारळ काढ! मी गिऱ्हाइकाला घेऊन येतो."

यावर मी बापाला विचारले, "नारळ काढण्याबद्दल मला काय देणार?"

पण तोपर्यंत बापाने घोड्याला टाच दिली होती. एकवार दोन पायावर खडा उभा राहून घोडा खिंकाळला आणि वाऱ्यासारखा सुटला. घोड्याचा मालक काकाच्या परड्यात शिरला आणि आनंदाने नारळाची झाडे पाहू लागला. मी घरात जाऊन कोयत्याला धार लावली. कोयता कमरेला लटकावला आणि काकाच्या परड्यात शिरलो.

काका तीन पत्त्यांचा जुगार खेळण्यासाठी अड्ड्यावर गेला होता. काकू बाजारात गेली होती. कुणी चुलतभाऊही घरी नव्हते. काकाचे घर चांगले मजबूत बांधणीचे, प्रशस्त होते. पण अंगणात गवत माजलेले होते. परड्यात बेसुमार झाडे-झुडपे वाढली होती. नारळाची झाडे उतरायला आली होती. पण त्याच्याकडे कोणाचे ध्यान नव्हते.

माझा चुलतभाऊ नाना झाडावर चढत असे. नारळ विकून तो दर वर्षी नवे कपडे करी. कधी गावातल्या तरण्या पोरींना साड्या घेऊन देई. एकदा तर त्याने शहरगावी जाऊन बॅटरीचा रेडिओच आणला होता, पण तूर्त तोही गावात नव्हता. जिल्ह्याच्या गावी हायस्कूलात शिकायला राहिला होता. तिथल्या पोरीबाळींत तो फार नाव कमावून होता. कधी गावी आला, तर एखाद दिवस राहून पुन्हा परत पळायचा. कधी खुशालीचे कार्डसुद्धा पाठवायचा नाही. फक्त मनीऑर्डर मागवण्यापुरते पत्र लिहायचा. पण त्याचे पत्र यायच्या आतच आईबाप मनीऑर्डर पाठवत. ही मंडळी फक्त पावसाळ्यात घरी असायची. त्यामुळे घर म्हणजे खानावळच झाली होती.

सगळ्या झाडावरचे नारळ उतरवून झाल्यावर माझा बाप परत आला. सगळीकडे फिरून त्याने नारळांची मोजदाद केली. त्याला फार आनंद झाला होता.

नारळ भरून नेण्यासाठी दहा गाड्या घेऊन गिऱ्हाईक आले.

माझा बाप कौतुकाने म्हणाला, "कसं काय आवरलंस रे तू एकट्यानं हे काम?"

"केलं तसंच. पण आता फार दमलोय. इतकी झाडं मी कधी जन्मात उतरवली नव्हती!"

"अजून का झालंय? आपल्या पांडोबाच्या परड्यातली झाडं

ऱ्हायलीत की!''

मी म्हणालो, ''मी फार दमलोय. आणि पांडुरंगकाकापाशी बंदूक आहे दुनळीची.''

बाप म्हणाला, ''तो काय बंदूक चालवतोय! मला माहीत आहे त्याचा नेम. त्याचे डोळे एवढे कशानं बिघडले कुणाला ठाऊक! माझे डोळे बघ कसे आहेत अजून ह्या वयात.''

फुटलेल्या नारळाची भकले पळवण्यासाठी एक कुत्रे आत आले. माझ्या बापाने नेम धरून त्याला दगड मारला. पण तो लागला, रस्त्यावरून चाललेल्या एका म्हाताऱ्याच्या डोक्याला.

मी म्हणालो, ''वा! छान आहेत डोळे!''

बाप म्हणाला, ''हां. पुरे. कळलं!''

बाहेर उभी राहिलेली माणसे नारळ नेऊन गाड्यांत भरू लागली. गिऱ्हाइकाने माझ्या बापाला रक्कम दिली. माझ्या बापाने ती घोड्याच्या मालकाला दिली. आणि माणसे गाड्या घेऊन निघून गेली.

तेवढ्यात खाली मान घालून काका घराकडे येताना दिसला. ज्या अर्थी तो असा चालत होता, त्या अर्थी हा जुगारात हरला होता, असे मी मनाशी म्हणालो. त्याचे दोन्ही हात कोटाच्या खिशात होते. चालता चालता त्याने बघितले. आपल्या नारळाचे काय झाले, हे त्याच्या ध्यानात आले. पण तेवढ्यात गाड्याही गेल्या होत्या.

काकाने विचारले, ''काय केलं तुम्ही?''

माझा बाप म्हणाला, ''घोडा घेतलाय बसायला मला.''

''माझ्या बागेतले नारळ विकून?''

''तुझीच झाडं आहेत रे. पण तुझं लक्ष कुठाय त्यांच्यावर!''

काका ओरडून म्हणाला, ''पण झाडं माझी आहेत. मी चांगला सज्जन होतो, तेव्हा लावली होती ती मी!''

माझा बाप समजुतीनं बोलला, ''बरं, पुढच्या वर्षी तू घे; सगळे नारळ.''

''पण ह्या वर्षीचं काय? मला आता पैसे पाहिजेत, माझ्या नारळाचे.''

''माझ्यापाशी आता पैसे नाहीत.''

''मी तुला तुरुंगात घालीन.''

असे बोलून काका तरातरा गेलासुद्धा.

दोन शिपाई आणि फौजदार ह्यांना घेऊन काका आला, तेव्हा आम्ही

आमच्या परड्यात होतो.

ती मंडळी बाहेर थांबली, तेव्हा घोड्यावर बसून माझा बाप त्यांना भेटायला गेला.

बापाने काकाला विचारले, "बरं, तुझं म्हणणं तरी काय आहे?"

"मला हा घोडा पाहिजे!"

फौजदार माझ्या बापाला म्हणाले, "तुम्ही मुकाट्यानं घोडा द्या. नाहीतर चोरीच्या गुन्ह्यासाठी तुरुंगात बसावं लागेल."

माझ्या बापाने विचारले, "हं! किती वर्षं?"

"दहा वर्षं, दहा दिवस."

"दहा वर्षं भलताच काळ झाला. बरं, दहा दिवस वरचे कशाला?"

फौजदार म्हणाले, "आधी तुरुंगात जा, मग कळेल!"

"बरं, घोडा घेऊन तुरुंगात जायचं का?"

"नाही, पण ह्या पोराला बरोबर नेता येईल. नारळ काढून दमलाय... त्याला आराम मिळेल."

माझ्या बापाने चांगला खोल विचार केला. मग त्याने घोड्यावरून खाली उडी घेतली आणि घोडा काकाच्या स्वाधीन केला. काकाने लगेच तो फौजदाराला दिला. फौजदाराने काकाला पैसे दिले. लगेच पैसे घेऊन काका पत्ते खेळायला गेला.

मी फौजदाराला विचारले, "तुम्ही आमचा हिरा नेणार?"

यावर माझ्या बापाकडे तिरप्या नजरेने बघत फौजदार म्हणाले, "अरे बाळ, मी तो विकत घेतलाय!"

मी विचारले, "चौकापर्यंत बसून बघू का?"

"बैस, पण परत येताना चालत यावं लागेल!"

मी लगेच घोड्यावर उडी घेतली. घोडा चालू लागला. बापाने म्हटलेले मी ऐकले –

"माझ्या पोटचं पोरगं, माझ्यावरच उलटलं!"

■

आमचा महादेवकाका

गावाबाहेरच्या रस्त्याने मी भटकत होतो. गावात जाणाऱ्या मालवाहू ट्रकमधून कोणी माणूस उतरला. ट्रक गावात निघून गेला आणि हा रस्त्यावर उभा राहून मला खुणावू लागला. मी दुर्लक्ष करून चालत राहिलो, तेव्हा तोच मोठमोठ्या ढांगा टाकत माझ्याकडे आला. एका हाताने मला कवळून म्हणाला, ''ओळखलंस का मला पोरा?''

मी म्हणालो, ''नाही. कुणी भिकारी दिसता!''

''अरे, मी तुझा काका – महादेव. कधी सांगितलं नाही का, तुझ्या आईनं माझ्याबद्दल?''

मी म्हणालो, ''हो, हो... आमचा एक महादेवकाका होता खरा, पण तो तुरुंगात आहे. मोठी शिक्षा झालीय त्याला.''

''ही असली माहिती तुला कुणी दिली?''

''सगळ्या गावाला माहीत आहे. तुम्ही चोरी केली होती काय कुठं?''

काका हसून म्हणाला, ''पोरा, गंमत आहे सगळी. असो. तुझ्यासारख्या बाळापाशी मी खोटं सांगणार नाही. माझ्या भावाच्या मुलांशी मी कधी खोटं बोललो नाही. आजपर्यंत मी तुरुंगात होतो, ही गोष्ट खरी आहे. पण ते मनात आणू नकोस. पुष्कळ तुरुंग हिंडलोय मी, पण त्याबद्दल मला बोल लावू नकोस... आपण साळगावकर लोक चांगले घरंदाज आहोत...''

काका मध्येच थांबला. दूर कुठे बघत राहिला. त्याच्या चेहऱ्यावर दुःख दिसले.

''आपण चांगले लोक आहोत, ही गोष्ट कधी विसरू नकोस. आपण भातशेतीत राबतो आणि खातो. आपण नारळ, आंबे पिकवतो. कष्ट करतो. हां, एखाद्या वेळी आपल्यापैकी कुणी घसरतो, त्याची वाट चुकते; पण

मुळात आपण चांगलेच आहोत."

मी होकारार्थी मान हलवली.

"शाबास, आता मला तुझ्या आईकडे घेऊन चल!"

मी घराच्या दिशेने चालू लागलो. काका माझ्या मागोमाग आला. घरी आलो. काका दारातच थांबला. मी ओरडून वर्दी दिली, "आई, आपला तुरुंगातला काका आलाय!"

स्वयंपाकघरातून बाहेर येऊन आईने बघितले. "कोण, महादेवकाका का?"

"होय वहिनी, मीच."

"का आलास माझ्या दारी?"

"मी आपला वाटेनं चाललो होतो. मनात आलं, 'जाता जाता माझा मायाळू भाऊ आणि वहिनी ह्या दोघा देवमाणसांना उभाउभी भेटून जावं,' म्हणून आलो. तुझा हा पोरगा दिसला नसता, तर मी माझ्या वाटेनं गेलो असतो."

एवढं बोलून माझी पावती घेण्यासाठी काकाने माझ्याकडे पाहिजे. जेव्हा आईला काही पटवायचे असे, तेव्हा माझा बापसुद्धा असाच बघत असे. काकाने मला विचारले, "होय की नाही रे?"

आई फटदिशी म्हणाली, "नवऱ्याचा कुणीही आळशी भाऊबंद मला ह्या घरात नको – आळशी आणि तुरुंगाच्या वाऱ्या करणारा. एक आहे येडपट घरी, तेवढं पुष्कळ आहे. घरात आणखी दुसऱ्याला जागा नाही."

काका म्हणाला, "तू काही काळजी करू नकोस. बये, मी काय पत्र्यावर झोपीन. मला कुठंही झोपायची सवय झालीय."

मी म्हणालो, "पण काका, त्यापेक्षा गोठ्यात झोपा की! मोकळाच आहे."

काकाने माझ्याकडे कौतुकाने पाहिले.

"वहिनी, हा एक पोरगा मला म्हातारपणी सांभाळील बघा!"

आईला एकाएकी मायेचा उमाळा आला. ती स्वयंपाकघरात गेली आणि माशाचे कालवण आणि भात आणून काकाला देत म्हणाली, "आधी एवढं खाऊन घ्या, भुकेले असाल!"

उंबऱ्यात बसून काका खाऊ लागला. एका हातात ताटली धरली होती आणि दुसऱ्या हाताने भाताचे मुटके गिळत होता. मला खूण करून आई

आत गेली. मी मागोमाग गेलो. उकडलेली दोन अंडी माझ्या हातावर ठेवून ती म्हणाली, "ही दे रे त्याला, वाळलाय बिचारा!"

मी एकच अंडे काकाला दिले. मला खाली बसायला लावून, पाठीवरून हात फिरवून काका म्हणाला, "बघ, मी म्हणालो नव्हतो?... आपण चांगले लोक आहोत म्हणून!"

मी म्हणालो, "हो, काका."

मी अंगणात गेलो. आढ्यावर चढून बसलो. अंडे फोडले. टरफले छपरावर टाकली आणि दुसरे अंडे मीच खाऊन टाकले.

खाली उतरलो, तेव्हा काका गोठ्याकडे निघाला होता. मला म्हणाला, "दिवस मावळल्यावर मला जागं कर हं!"

"म्हणजे? जाणार काय आज?"

"हो, गेलंच पाहिजे, पण आधी थोडा विसावा घेतो."

मी म्हणालो, "मलाही विसावा घ्यायचा आहे."

आम्ही दोघेही गोठ्यात गेलो. शेजारी शेजारी असे पसरलो. थोड्याच वेळात काका घोरू लागला.

जरा वेळाने शेजाऱ्याचे कुत्रे आले. आम्हा दोघांच्या मधोमध बसले.

काकाच्या उघड्या तोंडात शिरायला बघणाऱ्या माशा पकडण्याचे काम कुत्रे करू लागले.

दिवस मावळण्याच्या सुमारास मी उठलो आणि काकाच्या तळव्याला गुदगुल्या केल्या. 'आँ' करून तो नुसता कूस बदलत राहिला. मग कुत्र्याने तोंड चाटायला सुरुवात केली. तसा उडी मारून उठला.

"कुणाचं कुत्रं रे हे?"

"शेजाऱ्याचं."

काकाने कुत्र्याभोवती एक फेरी मारली. मग खाली बसला. म्हणाला, "अरे, ही कुत्री आहे. उतलेली दिसते."

मी म्हणालो, "असेल. काका, भाद्रपद महिना आहे."

आम्ही बाहेर पडलो. तशी ती कुत्रीही मागोमाग आली. काकाने मान वर करून घरात पाहिले. आई कुठे बाहेर गेली असावी. आत दिसली नाही.

तेवढ्यात बरेच गिरीजन रस्त्याने येताना मी पाहिले. प्रत्येकाच्या पाठीवर ओझे होते.

आजूबाजूची कुत्री भुंकत मागे लागली. सगळे लटांबर आमच्या घरापर्यंत आले.

एक म्होरक्या पुढे येऊन काकाला म्हणाला, "मालक आहेत का गावात?"

उत्तर देण्याऐवजी काका माझ्याकडे बघू लागले. गिरीजनांना माझा बाप हवा होता, हे मी ओळखले. माझा बाप औषधी वनस्पती शोधत डोंगरातून हिंडायचा, तेव्हाची ओळख असावी. काका म्हणाला, "तो इथं नाही. उद्या येईल."

"आम्ही डोंगरातून आलोय. मालक म्हणाला होता, कधी आला, तर माझ्या घरी उतरा. आम्ही व्यापार करायला आलोय."

काका म्हणाला, "या की, तुमचंच घर आहे."

भराभर फाटकात घुसून सगळ्या गिरीजनांनी आमचे परसू भरून टाकले. त्यांनी ओझी उतरवली. शेजाऱ्यापाजाऱ्यांनी असले पाव्हणे कधी बघितले नव्हते. खिडक्या दारांतून त्यांनी डोकावून डोकावून पाहिले. कुत्री अजून भुंकत होतीच. कुंपणाच्या ह्या टोकापासून त्या टोकापर्यंत धावत होती.

गिरीजनांच्या बायकांनी धोंडे मांडून चुली केल्या. स्वयंपाकपाणी सुरू झाले. खमंग वास सुटला.

केळीच्या पानावर अन्न वाढून घेऊन सगळे जेवायला बसले. काकाने सगळी ओझी चाचपून पाहिली. माझ्यापाशी येऊन मला कोपरखळी दिली. मधाचा म्होरक्या पुन्हा बोलायला आला.

"आम्ही मध आणलाय विकायला. मध आहे, औषधी झाडपाला आहे, हरणाचं मांस आहे, घोरपडीचं तेल आहे."

काकाने विचारले, "औषधं कशाकशावरची आहेत?"

"गळवावरची, खरजेवरची."

"पण हे सगळं विकून इथलं काय नेणार तिकडं डोंगरात?"

"मीठ, पीठ आणि कुत्री. कुत्र्यांचा फार उपयोग होतो आम्हा लोकांना. चांगला उत्तम जातीचा कुत्रा असला, तर रोख रुपये मोजून देऊ!"

"रुपये! काय राव बनवताय काय मला?"

"हो, हो, बंदे रुपये. बघा!"

एवढे बोलून त्याने चक्क बंदे रुपये भरलेली थैलीच दाखवली.

काकाचे डोळे वाटीएवढे झाले. माझा हात घट्ट दाबून त्याने

सभोवार पाहिले. मला म्हणाला, "चल." अंगणातून आम्ही बऱ्याच फेऱ्या मारल्या. तेवढ्यात मघाची ती उतलेली कुत्री गिरीजनांच्या पोराशी खेळताना दिसली. केळीच्या सोपटाची एक धांदोटी काढून काकाने त्या कुत्रीच्या गळ्याला बांधली. मला म्हणाला, "चल, कुत्रीला जरा हिंडवून आणू."

आम्ही चालत चालत गावात गेलो. इकडून तिकडून चक्कर मारताच गावातली चांगली चांगली कुत्री आमच्या मागे लागली. उतलेली कुत्री घेऊन काका पुढे चाललाच होता. आम्ही घरापाशी आलो. काकाने गिरीजनांच्या म्होरक्याशी बातचीत केली. लगेच त्याने आपल्या लोकांना हुकूम केला, "ही सगळी कुत्री पकडा!"

"ह्या सगळ्या कुत्र्यांची किंमत म्हणून मी तुम्हाला चार ओझी माल देतो."

काका म्हणाला, "मालच का? मला वाटलं रुपये द्याल!"

"चांगली लठ्ठ कुत्री आणा, मग रुपयेसुद्धा देईन! ही सगळी कुत्री चोपलेली, हाडाडलेली आहेत की! एक-दोन आहेत बरी. पण सगळी भटकी कुत्री आणलीत ही तुम्ही! चांगली पाळीव, स्वच्छ, लठ्ठ अशी आणा की राव!"

"बरं, तसली आणू!"

पुन्हा त्या कुत्रीला दोरीला बांधून आम्ही गावात गेलो.

ह्या खेपेला देशमुखांचे मोठे काळे कुत्रे, मास्तरीणबाईंचे नाजूक पांढरे कुत्रे, फौजदारसाहेबांचा वाघ्या, पोलिसपाटलाचा टिप्या – असा निवडक माल मिळाला.

मग मात्र गिरीजनांनी बरेच बंदे रुपये मोजून दिले. सगळी कुत्री बंदोबस्ताने बांधून बरोबर घेतली. परसात पेटवलेल्या चुली मातीने झाकून टाकल्या.

बाजारात गेलेली आई तेवढ्यात माघारी आली.

तिने चौकशी केली, "हे जंगली लोक कोण?"

"हे जंगली लोक नाहीत वहिनी, त्यांना गिरीजन म्हणायचं. ते आपलेच बांधव आहेत – तुझ्या नवऱ्याला भेटायला आले होते."

यावर आईने बोटे मोडली. हातवारे करून ती ओरडली, "ए वैदांनो, चालायला लागा! जा!"

काका शांतपणे म्हणाला, "जाताहेत ते वहिनी... निघालेच. त्यांना पाहिजे त्या गोष्टी मिळाल्यात!"

आई घरात गेली. स्वयंपाकाला लागली.

काकाने मिळालेले रुपये मोजले. मला एक चवली दिली. बाकीचे रुपये आपल्या खिशात ठेवून दिले. मला म्हणाला, "बरं का बाळ, मी आता चाललो. सांगितलेली गोष्ट चांगली लक्षात ठेव. आपण साळगावकर मंडळी चांगली घरंदाज आहोत. एखाद्या वेळी आपणापैकी कुणी चुकतो, पण ते विसरायचं –"

मध्येच बोलणे थांबवून काकाने फाटकाकडे बघितले. हातात बॅटऱ्या घेऊन बरीच माणसे गोळा झाली होती. फौजदारसाहेब आणि पोलिसपाटील ह्यांचा चेहरा मला दिसला. काका घाईने मला म्हणाला, "हं... हे आणखी चार आणे घे आणि मी सांगितलं, ते लक्षात ठेवायचं बरं का!"

चपळाईनं तो मागल्या बाजूला पळाला. कुंपणावरून उडी टाकून अंधारात दिसेनासा झाला.

जमलेले लोक आईशी बोलत होते. मी जाऊन ऐकू लागलो.

आईने मला विचारले, "तुझा काका कुठाय?"

"गेला की. ते जंगली लोक गेले, त्यांच्याच पाठोपाठ गेला."

फौजदार म्हणाले, "म्हणजे ह्यानं आमची पाळीव कुत्री वैदांना दिली काय?"

मी म्हणालो, "हो. का? काकालासुद्धा जंगली लोकांनी रुपये दिले."

"म्हणजे ती उतलेली कुत्री घेऊन गावात हिंडणारा पोऱ्या तूच का?"

"हो साहेब. काकानं मला सांगितलं की 'तू नुसता माझ्या मागं ये.' मला काय माहीत, तो पाळलेली कुत्री वैदूंना विकतोय हे!"

"अस्सं! आता नेमकं सांग, कुठल्या बाजूला गेला तुझा काका?"

"हिकडं साहेब." काका गेला होता, त्याच्या विरुद्ध बाजूला बोट करून मी सांगितलं.

फौजदार म्हणाले, "चल, पकडू या त्या चोराला! जातो कुठं?"

बॅटऱ्यांचा उजेड टाकत सगळे त्या दिशेने धावले; पण माझी पक्की खात्री होती, काका त्यांना मुळीच सापडणार नाही.

आईने लगेच माझ्या तोंडात एक भडकावून दिली.

"मेल्या, खोटं का सांगितलंस त्यांना?"

मी म्हणालो, "आई, आपण साळगावकर लोक घरंदाज आहोत ना, म्हणून!"

■

माझा भाऊ – एक हाडाचा व्यापारी

माझा भाऊ अमृता घरी परत आला. त्याच वर्षी माझ्या बापाने आमच्या शेतात तंबाखूचे पीक घेतले.

तेव्हा एक 'निपाणी तंबाखू कंपनी' प्रसिद्ध होती. काही बड्या तंबाखू व्यापाऱ्यांनी एकत्र येऊन ही कंपनी सुरू केलेली होती. ह्या कंपनीचे प्रतिनिधी गावोगाव हिंडत आणि तंबाखूची उभी पिके खरेदी करत.

माझा भाऊ अमृता पक्का व्यापारी होता. बारा वर्षांचा झाल्यावर तो घरातून पळून गेला होता. पण त्यापूर्वीच त्याने धंद्याला सुरुवात केलेली होती. रात्री मुकाट्याने आमचे कोठीघर उघडून तो पायली-दोन पायली तांदूळ चोरायचा आणि बाहेर कुणाला तरी विकायचा. ही गोष्ट लक्षात येऊनही माझे आईवडील कधीही बोलत नसत. अमृताच्या अंतःकरणातला देव जागा होण्याची ते वाट पाहत होते. पण तो कधीच जागा झाला नाही. कारण मुळात तो अमृताच्या अंतःकरणात नव्हताच.

जसजशी वर्षे जाऊ लागली, तसतसा अमृता जास्त तांदूळ चोरू लागला. त्याच्या ह्या गैरविश्वासू वर्तणुकीची जाणीव जेव्हा माझ्या आईवडिलांनी त्याला दिली, तेव्हा अमृताने केवळ खांदे उडवले आणि तो बाहेर निघून गेला.

दुसऱ्या एका खेपेला घर सोडण्याअगोदर त्याने चक्क आमची एक म्हैसच विकली. आणि घरात काही एक न सांगतासवरता घर सोडले.

येताना आईवडिलांसाठी काही चापडचोपड घेऊन आला. त्याची फार अपूर्वाई वाटून आईवडिलांनी मागल्या गोष्टी काढल्या नाहीत. हा काही महिने नीट राहिला. आणि पुन्हा एकदा घरची बोकडे विकून नाहीसा झाला.

त्यावर दोन वर्षे त्याचा काही पत्ता नव्हता. नंतर दर वर्षी येऊ लागला.

येताना आईवडिलांसाठी काहीबाही घेऊन यायचा आणि परत जाताना घरातले काहीतरी विकून जायचा. त्याचे हे लक्षण बघून आम्हाला वाटू लागले की, मोठेपणी हा दरोडेखोर होणार. पण नंतर लक्षात आले की, काय विकायचे, ते हा घरातलेच विकतो. मग मात्र त्याच्या ह्या सवयीबद्दल कोणी काळजी केली नाही.

अमृता आला रे आला की, आईवडिलांना खात्रीपूर्वक वाटायचे की, आता घरातले काहीतरी विकून हा परत परागंदा होणार. नक्की कोणत्या वस्तूबद्दल त्याला आकर्षण वाटेल, याचा मात्र आईवडिलांना कधीच अंदाज करता येत नसे. ते नेहमी अमृताला पोहोचवायला स्टेशनवर जात आणि त्याची गाडी सुटली की, धावत-पळत घरी येऊन काय केले, ह्याचा तपास करत. मग अमुक एक वस्तू गेली, असे कळून येई. हा कधीतरी घरच विकेल, ही काळजी त्यांना शेवटपर्यंत वाटत होती.

गेल्या खेपेला म्हणजे शेवटच्याच, अमृता परत आला, तेव्हा आपल्याच वस्तू कशा विकाव्यात, ह्या शास्त्रात त्याने चांगली प्रगती प्राप्त केलेली होती. खोटे बोलणे आणि फसवणूक करणे ह्या कलेतही तो चांगलाच निष्णात झाला होता. घरातून पळून बाहेर पडल्यावर हेच धंदे करून त्याने चरितार्थ चालवला होता.

निपाणी तंबाखू कंपनीच्या जिल्हा कचेरीत तो एकवार केला आणि लगेच तिथल्या एजंटाने त्याला आपल्या हाताखाली लावून घेतले.

शेतकऱ्याकडे जाऊन माझा भाऊ तंबाखूची पाने विकत घेत असे. ह्या व्यवहारात तो शेतकऱ्यांना वजनात ठकवत असे. तंबाखूचे पीक आमच्या भागात नवीनच घेतले जात होते. त्यामुळे शेतकऱ्यांना विक्रीचा अनुभव नव्हता. त्यांना शहाणे व्हायला अनेक वर्षे लागली. फसवाफसवी करण्यात, खोटे बोलण्यात शेतकरीसुद्धा तरबेज होते, पण अमृता त्यांच्यापेक्षाही जादा तयार होता. पुष्कळदा कोणी फसवायला मिळाले नाही, तर शेतकरी स्वत:लाच फसवत.

माझ्या बालपणी अजून आजूबाजूचे वातावरण हे असे होते. एकतर उत्तम लुच्चा माणूस होऊन यशस्वी व्हावे, नाही तर सामान्य राहून कसेबसे आयुष्य काढावे. प्रत्येक मुलगा मनात ईर्षा बाळगून असे, ती उत्तम लुच्चा होण्याची.

शेतकऱ्यांना फसवून फसवून माझा भाऊ अमृता चांगला गब्बर झाला. गावात खरेदी केलेला माल, शहराच्या कचेरीकडे पाठवणारा एक माणूस होता. आपल्या ट्रकमधून तंबाखू शहरगावी रवाना करायचा. माझा भाऊ त्यालासुद्धा फसवायचा. मुख्य कंपनीलासुद्धा तो चांगलाच फसवीत होता. हे तो कसे करत असेल, याचा आम्हाला अचंबा वाटायचा! कारण कंपनीतले लोक भलतेच हुशार होते. अमृता हाडाचा व्यापारी हेच खरे!

माझ्या बापाने पोराचा हा गुण फार लवकर उचलला. तंबाखूची काढणी झाली, पाने वाळली आणि गठ्ठे बांधायची वेळ आली, म्हणजे माझा बाप बरीच पाने पाण्यात भिजवायचा आणि ती गाठीच्या मध्यभागी सारून द्यायचा. कंपनीसाठी आपली खोटी वजने वापरून माझा भाऊ जेव्हा ह्या गाठीचे वजन घ्यायचा, तेव्हा आश्चर्याने त्याचे डोळे वाटीएवढे व्हायचे. दुसऱ्या शेतकऱ्याच्या जवळजवळ दुप्पट आमच्या गाठीचे वजन भरायचे. हे कसे? हे अमृताला उलगडायचे नाही. अमृताचा सगळाच हिशेब खोटा. त्यामुळे शेतकऱ्यांना आपले बिंग कळेल, ह्या भीतीने तो काही बोलत नसे. माझ्या बापाला पैसे देताना त्याचे तोंड नेहमी उतरलेले दिसे.

आपल्या पोराला ठकवण्यात बापाला गंमत वाटे. तंबाखूची पाने पाण्यात भिजवण्याची युक्ती त्याने चालू ठेवली. पुढे पुढे तो गाठीत लोखंडाचे तुकडे कोंबू लागला. हे तुकडे घालताना त्याला सारखे हसू येई.

मी धीर करून एकदा विचारले, “तुम्ही असं का म्हणून करता?”

“करावं तसं भरावं! माझा पोरगा आपल्या पापाची किंमत भरतोय ही. जा, लोखंडाचे तुकडे शोध!”

“तुम्ही माझ्या भावाला फसवताय!”

“त्यानं न सांगता माझी बोकडं, शेळ्या, म्हशी किती विकल्या?”

“त्याला शहरगावात खर्चायला पैसे हवे होते!”

“मलाही पैसेच पाहिजेत.”

“खेड्यात फार पैसा लागत नाही. आणि शेतकरी व्यापारी नसतो. एवढा पैसा तुम्ही कशाला जमा करताय?”

“खिशात पैसा खुळखुळलेला ऐकायचा आहे मला. जा, तुझ्या चुलतभावांना घे आणि लोखंडाचे तुकडे शोधून आण. पळ!”

मी, माझे चुलतभाऊ आणि गल्लीतली पोरे जमा केली. लोखंडाचे तुकडे गोळा करून आणले आणि बापाला दिले. प्रत्येक पोराला एक-एक आणेली देऊन बापाने पोरे गोळ्यांच्या दुकानाकडे पिटाळली. दरम्यान लोखंडाचे तुकडे घालून तंबाखूच्या गाठी तयार केल्या. मी रेडा जुंपून गाडी तयार केली. बापाने गाठी गाडीत भरल्या. जड गाठ उचलून डोक्यावर घेताना तो डुकरासारखा गुरगुरायचा. गाठी खाली पडू नयेत, म्हणून बापाने गाठीवरून दोर आवळला. गाडी हाकण्यासाठी त्याने मलाच बसवले. कारण त्याचे वजन किती तरी जास्त झाले असते. शाळेची इमारत येईपर्यंत तो गाडीमागोमाग चालत आला. ह्या जागेत माझ्या भावाने तात्पुरते ऑफिस उघडले होते.

आम्ही पोहोचलो, तेव्हा बरेच शेतकरी ताटकळत बसलेले होते. बऱ्याच गाठींचे वजन करायचे होते.

माझ्या भावाबरोबर मदतनीस म्हणून काम करणारा माणूस, कामाने घामाघूम झाला होता. हातातल्या बुकात आकडे नोंदवून घेत माझा भाऊ उभा होता.

आपल्या गाठीची विक्री करून शेतकरी मंडळी बाजाराकडे जात होती. घरात लागणाऱ्या अगदी नडीच्या वस्तूंची खरेदी करत होती आणि किती पैसे उरले, याची मोजदाद करत होती. काही जणांना जुगार खेळण्याची अवदसा आठवत होती. ते रिकामा खिसा घेऊन घराकडे जात होते.

मग माझ्या बापाची पाळी आली. पहिलीच गाठ जेव्हा वजनकाट्यावर घातली, तेव्हा तिचे वजन बघून माझा भाऊ चकित झाला. काट्याच्या चौफेर फिरला. तंबाखूची गाठ त्याने चाचपून पाहिली. ह्यात काहीतरी लुच्चेगिरी होती, याचा त्याला वास आला. माझ्या बापाकडे त्याने संशयाने पाहिले आणि मदतनिसाला सांगितले, "हे माप लवकर संपवा!"

अर्ध्या गाठींचे वजन झाले. त्या रचताना माझ्या भावाचे मदतनीस थकले. गाठी त्यांना झेपेनात. ओझ्याखाली दुमते होऊन हाशहुश करू लागले. पटापट जमिनीवर कोसळू लागले. रांगत-रांगत शाळेसमोरच्या हिरवळीवर जाऊन गप्पगार पडले.

माझा भाऊ संतापला. सूर्य मावळायला चालला होता. जिल्हा ऑफिसमधून तंबाखू नेण्यासाठी धाडलेले ट्रक्स एवढ्यात इथे पोहोचणार होते. माझा भाऊ धांदलीने आमच्या गाडीकडे आला, आणि आमची एक गाठ उचलून

तोलकाट्याकडे नेऊ लागला. पण त्याला गाठ झेपली नाही. ती अंगावर घेऊन तो धाडकन खाली कोसळला. कसाबसा उठला आणि बाजूला जाऊन दुखावलेला पाय चोळत बसला.

हिरवळीवर पडलेले त्याचे मदतनीस आता हळूहळू बोलू लागले होते. ते आपल्या प्रमुखाकडे बघू लागले. जमलेले शेतकरी एकमेकांच्या कुशीत ढोपरे मारू लागले.

माझ्या भावाने अंगातला कोट काढून त्याची नीट घडी घातली. ती हिरवळीवर ठेवली. तंबाखूच्या गाठीभोवती एकवार फिरला. आणि त्याने गाठीला एकवार लाथ ठेवून दिली! त्यासरशी गाठ उस्कटली आणि आत घातलेले लोखंडाचे तुकडे चौफेर विखुरले.

इतर शेतकऱ्यांनी हे पाहू नये, म्हणून त्याने लगेच झाकपाक केली. पण चाणाक्ष शेतकऱ्यांच्या नजरेतून ही गोष्ट सुटली नाही. लगेच त्यांनी 'आता समजले' अशा अर्थी माना डोलवल्या. त्यांनी लोखंडाचे तुकडे गोळा केले आणि आपल्या गाठींतून सारून दिले. माझा भाऊ फार रागावलेला होता, त्यामुळे शेतकऱ्यांची ही लबाडी त्याच्या ध्यानातच आली नाही. त्याने भराभरा आमच्या गाठी तोलल्या. पैसे चुकते केले.

माझा बाप मला म्हणाला, ''चल पोरा, घरी जाऊ!''

पुढे निपाणी तंबाखू कंपनीचा अधिकारी आमच्या गावी आला. त्याने माझ्या भावाला चांगले झाडले आणि नंतर कामावरून काढून टाकले.

माझा भाऊ धावत-पळत घरी आला. बापाला म्हणाला, ''तुम्ही माझ्या धंद्याचं वाटोळं केलं!''

''खरं म्हणतोस काय?''

भाऊ म्हणाला, ''फार कष्ट न करता श्रीमंत व्हायचं होतं मला. तंबाखूच्या गाठी तोलताना मला वाटायचं, माझं हे स्वप्न खरं होणार. खोटे हिशेब लिहिताना वाटायचं, मी माझं ध्येय गाठणार. आणि आता, मला दुसरी नोकरी बघण्याची पाळी आली!''

बाप म्हणाला, ''कष्टाशिवाय पैसा मिळत नाही!''

भाऊ म्हणाला, ''मुळीच नाही. लबाड माणसं श्रीमंत होतात... मोठ्या पदावर जातात.''

मी म्हणालो, ''फसवेगिरी करण्याऐवजी मी सर्कशीतला विदूषक होईन!''

भाऊ म्हणाला, ''तू गप्प बैस, तुला काही कळत नाही. थोडा मोठा

झालास, म्हणजे माझ्यासारखंच म्हणशील!''

माझ्या बापाने विचारले, ''मग तुझं म्हणणं काय, मी तुला फसवलं?''

भाऊ म्हणाला, ''मग, तंबाखूच्या गाठीबाबत तुम्ही जे केलं, त्याला दुसरं नाव काय?''

बाप म्हणाला, ''पोरा, माझ्या जमिनीला लागून आहे, ती जमीन बघितलीस का? तंबाखू पिकवायला उत्तम आहे. तुझ्याकडून मिळवलेल्या पैशांतून ती मी विकत घेतली आहे – तुझ्या नावे!''

''काय म्हणताय! माझ्या नावे? मला नाही खरं वाटत. आपल्या घरात कुणी अशी गोष्ट करेल, ह्यावर विश्वासच नाही बसत! काही का असेना, मला शेती करायची फार हौस आहे... फार मनात होतं!''

बाप म्हणाला, ''कर. तुझीच जमीन आहे ती. उत्तम पीक काढून दाखव!''

भाऊ म्हणाला, ''बघा तुम्ही, मी हाडाचा व्यापारी आहे.''

■

टकरीचा एडका

दोन्ही हातांची बोटे कुस्करत आई येरझारा घालत होती. फिरता फिरता खिडकीपाशी थांबली. पुढच्या अंगणात, काढलेल्या धान्याच्या पेंढ्या तशाच रचून ठेवलेल्या होत्या. त्यावर कोंबड्यांची झुंबड पडलेली होती. मी पत्र्यावर बसून केळी खात होतो.

आई म्हणाली, ''ए, आधी खाली उतर आणि त्या कोंबड्यांना हाकल! रोग आला त्यांना!''

मी म्हणालो, ''एवढं केळं संपवतो आणि उतरतो, अर्धंच खाऊन झालंय.''

यावर आई मोठ्याने ओरडली, ''आधी उतर बघू!''

मी केळे खिशात घातले. अर्ध्या ताटावरून उठलो. बांबू हातात घेऊन कोंबड्या हुसकल्या. मग सावलीला बसून राहिलो. धान्यावर पुन्हा कोंबड्या आल्या की, त्यांच्यावर खडे फेकून हाकलू लागलो.

खिडकीत उभी राहिलेली आई पुन्हा घरात येरझारा घालू लागली. तिची पावले मला ऐकू येत होती. मधूनच ती खिडकीशी येऊन बाहेर बघत होती.

एक कोंबडा कुंपणावरून उडून आत आला. काठी घेऊन मी त्याच्यामागे धावलो, तसा तो पुन्हा उडाला. कुंपण ओलांडून पलीकडे गेला.

मग एकाएकी बाहेर धडपड ऐकू आली. दगडाने भरलेली गाडी ओढीत रेडा धावतो आहे, असा आवाज होत होता.

कोंबड्यांचा नाद सोडून मी धावत फाटकापाशी आलो. हातात काठी होतीच. न्याहाळून बघितले, पण कोणीच दिसले नाही. जरा वेळ तिथेच बसून राहिलो.

जरा वेळाने बाप डोके वर काढून घराकडे बघताना दिसला. फाटकाच्या

फटीतून डोके बाहेर काढून मी बघितले.

माझ्या बापाने कुठूनसा एक टकरीचा एडका आणलेला होता. मी विचारले, "कुठून आणलास हा?"

घराकडे सावध नजर टाकून बापाने मला खुणावले.

हलक्या आवाजात म्हणाला, "फाटक उघड. आवाज करू नकोस!"

मी फाटक उघडले. एडका घेऊन बाप आवारात शिरला. गोठ्याकडे जाता-जाता त्याने मला 'ये' अशी खूण केली.

घरात काही हालचाल दिसली नाही. मग मी गोठ्यात गेलो. माझा बाप एडक्याची शिंगे घासून त्यांना चमक आणत होता. एडका बापाचे तोंड चाटत होता. बापाने मला विचारले, "पोरा, कसा आहे एडका?"

"मस्त आहे. ताकद भलतीच असणार! वर बसून जरा फिरवू का ह्याला अंगणातनं?"

"आत्ताच नाही, आधी चारा घालू."

"आणतो मी!"

"आण, कोवळा-कोवळा पाला, गवत आण!"

मी लगेच काकाच्या परड्यात गेलो. एक हिरवेगार, मऊ पानांचे झाड बघून वर चढले. डहाळ्या मोडून खाली टाकल्या. मग खाली उतरलो. सगळ्या डहाळ्या गोळा केल्या आणि बापापुढे आणून टाकल्या. माझा बाप एडक्याला कोवळा पाला चारू लागला.

तेवढ्यात आई खिडकीपाशी येऊन माझ्या नावाने हाका मारू लागली. आम्ही तिघेही डहाळ्यांआड काही वेळ गप्प राहिलो. मग मी हळूच गोठ्यातून बाहेर पडलो आणि धान्याच्या पेंढ्यांपाशी आलो. पण तेवढ्यात आईने बघितलेच.

तिने दरडावून विचारले, "कुणाशी बोलत होतास? कोण पाव्हणा आणला आहेस?"

मी म्हणालो, "पाव्हणा नाही, बाप आहे."

"हां? त्याच्यापाशी कोण बाई दिसतेय ती?"

"बाई नाही, पांढरा एडका आहे."

त्यासरशी आई बाहेर आली. गोठ्यात जाऊन आधी तिने एडक्याला लाथ घातली.

एडका हातभर उडून पलीकडे झाला. आई दुसरी लाथ घालण्यासाठी

पुढे झाली, तसा बाप मध्ये पडला. हलणारे तोंड थांबवून एडका आईकडे बघू लागला.

आईने विचारले, ''काय हो, वाण्याकडून सामान आणायला गेला होता, कुठाय ते?''

''मी पेठेकडे जात होतो, पण मध्येच एक जण भेटला.''

''काय सांगताय! कोण भेटला?''

एडक्याला थोपटत बाप म्हणाला, ''ह्याचा मालक!''

पांढऱ्या एडक्याकडे बघून आईने बोटे मोडली. त्याला दोन्ही पायांनी एकदम लाथा हाणल्या आणि स्वत:ही धाडकन पाठीवर आपटली. माझा बाप उठण्यासाठी हात देऊ लागला, तेव्हा आईने त्याला दूर ढकलून दिले. आपणच उठली आणि रागाने जमिनीवर थुंकून घरात गेली. घरात शिरताच ओरडून म्हणाली, ''काय गं करू आता! माझी बहीण आज येणार, म्हणून ह्यांना बाजारात पाठवलं सामान आणायला, तर हे एडका घेऊन आले माझ्या मढ्यावर घालायला!''

मी पुन्हा सावलीला जाऊन कोंबड्यांना हाकलायला बसलो. काल्पनिक कोंबड्यांवर पुन्हा ओरडू लागलो. मला धास्ती होती – शहरगावी राहणारी ही मावशी मी अद्याप पाहिलीच नव्हती. ती पाहायला मिळेल, ह्या आशेवर मी होतो – आणि आईने मला जर परत गावाकडे पिटाळले तर?

काल्पनिक कोंबड्यांना हाकलताना आईने मला पाहिले.

''काय चाललंय तुझं?''

धान्याच्या पेंढ्यावर उडी टाकून मी म्हणालो, ''कोंबड्या हाकलतोय.''

''दिवसेन्दिवस तूही तुझ्या बापासारखा होत चालला आहेस!''

मी पुन्हा सावलीला बसलो आणि निवांत झोपून गेलो. स्वप्नात यावा, तसा माझ्या बापाचा आवाज कानावर आला आणि झोप उडाली. खरोखरीच माझा बाप बोलत होता. मावशी आली होती. माझा बाप टांग्यातून तिचे सामान उतरवून घेत होता. घोडा खिंकाळत होता, फुरफुरत होता, अंगावरचा धुराळा झाडत होता. मावशीचे सामान आई घरात नेऊ लागली.

माझ्याकडे बोट दाखवून मावशीने विचारले, ''हा कोण पोर गं? कातकऱ्यासारखा दिसतो.''

बापाने लगेच खुलासा केला, “कातकऱ्याचा नाही. माझाच पोरगा आहे धाकटा!”

मावशीने पिशवीतून लेमनच्या गोळ्या काढल्या. मला द्यायला लागली.

मी म्हणालो, “नको.” आणि बापाकडे बघितले. तो हसत होता.

म्हणाला, “त्याला गोळ्या नाही चालत.”

मावशी म्हणाली, “मुलखावेगळंच पोर आहे. काय लागतं मग त्याला?”

हळूच हसून बाप म्हणाला, “चांगली नशा येईल, असं काहीतरी खायला लागतं!”

यावर माझा आलाबाला घेऊन मावशी म्हणाली, “गुणी गं माझं पोर!”

मावशीच्या मागोमाग मी घरात गेलो, मला दारातच उभा पाहून मावशी म्हणाली, “अरे, ये की माझ्याजवळ!”

तिच्यामागे उभा राहून माझा बाप मला खुणावत होता. त्याच्या हातात बाटलीसारखे काहीतरी होते.

मावशीने माझ्यासाठी आणलेली बुचाची बंदूक बघून मी हसायला लागलो.

“आवडली का तुला ही बंदूक?” तिने विचारले.

“हॅं... त्याला बंदूकबिंदूक लागत नाही.” माझ्या बापाने खुलासा केला. “पाखरावर चालवावी, खेळावं.”

बाप म्हणाला, “जंगली पोर आहे ते! पाखरं आणि जनावरं त्याच्या मागोमाग पाळल्यासारखी येतात!”

यावर मावशी बराच वेळ बापाकडे पाहत राहिली. माझा बाप सारखा ह्या पायावरून त्या पायावर भार टाकत होता आणि मला ‘बाहेर जा’ खुणावत होता.

मावशीने आणलेले कपडे बाहेर काढले. माझ्या बहिणीसाठी तिने स्वेटर आणला होता. फ्रॉक आणला होता.

मग मावशीने बोलता-बोलता माझ्या आजोळच्या गोष्टी काढल्या. त्यात अमकी-तमकी मेली, अशी एक बातमी सांगितली. झाले! आईला रडायला कारण मिळाले. मेलेल्या माणसासाठी शोक करण्याची आईला भलतीच आवड होती. उभ्या गावात ती प्रसिद्ध होती. शोक करण्याचे काम ती फारच उत्तम करी. जणू ही खोल दुःखसागरात बुडून गेली आहे, असे वाटे. मी बाहेर जावे, असे माझ्या बापाचे मत होते. पण मला आई शोक कसा करते,

ते बघायचे होते. बाप खुणा करत होता, त्याकडे मी दुर्लक्ष केले. मग माझ्याजवळ येऊन बापाने मला एक धपका घातला. मी जायला उठलो. पण तेवढ्यात आईचा शोक थांबला. ती मावशीला म्हणाली, ''अगं, मला फार भूक लागलीय, आधी थोडं खाऊन घेऊ या!''

माझा बाप अस्वस्थ झाला, आणि बाहेर जाऊ लागला.

पण आईने त्याला अडवले.

''चालला कुठं?''

''काही खायला मिळतं का बघतो बाहेर. मावशी, तुम्हाला मटण आवडतं का?''

मावशी म्हणाली, ''फार आवडतं.''

''त्याआधी मी थोडी घेऊ का? चालेल ना?''

''घ्या की.''

माझ बापाने आत जाऊन बाटली काढली. ग्लासात दारू ओतण्याचा आवाज मी ऐकला. असा आवाज तीनदा आला. नंतर काही वेळ शांतता होती. माझा बाप बाहेर पडला आणि गोठ्याकडे गेला.

जराशाने बाहेर भलताच आवाज आला. काय आहे, ते बघण्यासाठी आई खिडकीपाशी गेली. मागोमाग मावशी. मग मी.

बघितले, तर खाली मुंडी करून एडका माझ्या बापाच्या अंगावर धावत होता. ह्याला जीवे मारीन, अशीच धडक त्यानेसुद्धा मारलेली होती. माझा बाप सारखा हाताने चेहरा झाडत होता, जणू काही कोळिष्टके लागली आहेत. घराभोवती ते दोघेही धावत होते. बऱ्याच प्रदक्षिणा झाल्या.

एडका भलताच तापला होता. मुंडी सुधारून तो फुस्कारे सोडत होता. माझ्या बापाला आव्हान देत होता. मग तो सरासरा मागे सरला आणि बापाच्या अंगावर धावून गेला.

घराच्या पत्र्यावर जाण्यासाठी भिंतीला शिडी लावलेली होती. ती चढून वर जावे, म्हणून बाप शिडीकडे धावला, पण एडक्याने त्याला गाठलेच! पुन्हा प्रदक्षिणा सुरू. माणसे गोळा झाली. घराच्या कोपऱ्यात आडोसा घेतलेल्या बापाकडे मी चपळाईने सुरा दिला. धावून आलेल्या एडक्याला अंगावर घेऊन त्याने सुरा उगारला. पण एडका हुशार! तो मागे सरला. मग बाप त्याच्या पाठी लागला. हातातल्या सुऱ्याने तो सारखा डाव्या-उजव्या

बाजूला वार करत होता. जणू काही एडक्यांचा थवाच्या थवा अंगावर आला होता.

एकाएकी एडका दगडाला ठेचकाळून कोलमडला. कोलांटी घेऊन पुन्हा खडा झाला. थेट कुंपणावर धावला. बांबूच्या कुंपणात त्याची शिंगे अडकली. जिवापाड धडपड करून त्याने शिंगे सोडवली आणि घराच्या पाठीमागे पोबारा केला. माझा बाप पुन्हा त्याच्या मागे धावला.

दोघे पुन्हा बाहेर दिसले, तेव्हा माझा बाप आडवातिडवा धावत होता. धावता धावता तो ठेचकाळला आणि हातातला सुरा उडाला. बाप तो घ्यायला धावला, पण तेवढ्यात एडक्याने गाठले आणि ढुंगणावर टक्कर दिली; रांगत रांगत बाप फाटकाकडे गेला.

माझा बाप इतका झिंगला होता की, आपण काय करतो आहोत, ह्याचे भान त्याला नव्हते. मग एडक्याने त्याला मधोमध हाणले. मागे सरून, पुन्हा धावला. त्यासरशी बापाने त्याची शिंगे धरली आणि एका बाजूला नेट लावून त्याने एडक्याला कुशीवर पाडले. दोघेही जमिनीवर आले.

बघ्यांनी आरोळ्या ठोकल्या.

माझा बाप उठला. गुडघ्यावर बसला. त्याने चेहरा झाडला आणि एडक्याकडे बघितले. आता त्याला सगळे धुरकट दिसत होते. एडकाही उठला, त्याने मुंडी झाडली आणि बेधडक मुसंडी हाणली, ती थेट कुंपणावर. कुंपणात शिंगे अडकली. एडका धडपडायला लागला. शिंगे सोडवून घ्यायची ताकद आता त्याच्या अंगात नव्हती.

मग माझा बाप उठून उभा राहिला. कुंपणाशी जाऊन त्याने एडक्याचे तंगडे धरून त्याला बाहेर ओढला. एडका निघाला आणि बाप खाली कोसळला. अगदी गपगार पडला. मोठमोठ्याने घोरूही लागला. एडकाही धुरोळ्यात लोळला आणि झोपून गेला.

काका बाहेर गेला होता, तो माघारी आला. त्याने दोघांनाही ओढत घरात आणले.

मला विचारले, ''काय रे, तुझ्या बापाच्या तोंडाला वास येतोच आहे, पण ह्या एडक्याला तू काय चारलंस?''

''तुमच्या परड्यात ते हिरवं झाड आहे ना, त्याचा पाला!''

''तरीच! ते झाड साधंसुधं नाही. त्याचा पाला खाऊन नशा चढली

एडक्याला. हे दोघेही बेफाम झाले होते. त्यांना कसली शुद्धच राहिली नव्हती रे!''

''हं?''

''तर काय! बरं, आता तो सुरा आण बघू खाटकाचा. त्या एडक्याचा बिसमिल्ला करतो –''

''शिंगं चांगली आहेत, ती मला द्याल?''

''हां-हां, जा, सुरा आण!''

■

माझ्या बापाची जीत

शंकरकाका जुगाराचा धंदा करून मोठा गबर झाला होता. त्याच्या मालकीचे मोठे घर होते. आणि तंबाखू पिकवायला योग्य अशी पन्नास एकर जमीन होती. उभ्या आयुष्यात त्याने काम असे कधी केलेच नव्हते. माझ्या इतर चुलत्यांबरोबर एकत्र कुटुंबात राहत असताना जेवढे काम केले असेल, तेवढेच. पुढे काही नाही. वयाच्या सतराव्या वर्षी त्याने परजातीच्या मुलीबरोबर लग्न केले आणि गाव सोडले. शहरात राहायला गेला. लग्न झाल्यावर दुसऱ्याच रात्री जवळ असलेल्या दोन रुपयांवर त्याने जुगाराचा धंदा सुरू केला. आणि पुढे दहा वर्षांत तो आमच्या जिल्ह्यातला सर्वांत श्रीमंत माणूस झाला. त्याच्या दोन्ही हातातील बोटांवर चमकणाऱ्या अंगठ्या बघून जो तो त्याचा हेवा करू लागला. माझ्या चुलत्याने एवढा पैसा कसा मिळवला, याचे माझ्या बापाला राहून राहून नवल वाटे. चौदा वर्षांचा असताना माझ्या बापाने मिळवायला सुरुवात केली. पण आज पंधरा वर्षांनंतरसुद्धा, तो होता त्या जागीच होता. उलट गेली चाळीस वर्षे उत्पन्न देणारा वडिलार्जित जमिनीचा तुकडासुद्धा विकावा लागला होता. माझे सगळे भाऊ त्या काळी शहरात शिकत होते.

उन्हाळा संपता संपता एकदा रविवारी मी आणि माझा बाप मिळून शहरगावी गेलो. जाताना आम्ही आमचा पांढरा कोंबडा बरोबर घेतला होता. त्याचे नाव आम्ही 'उस्ताद' ठेवले होते. पांडुरंग आणि त्याची पारशी बायको ह्यांना माझ्या बापाने आमचे अर्धे घर भेट म्हणून देऊन टाकले, त्या वर्षीची गोष्ट. पांडुरंग हा शंकरकाकाचा तिसरा मुलगा. त्याने पारशी बाईशी लग्न केले होते. माझा बाप तिच्यावर खूश झाला. याचे कारण काय, तर

म्हणे चौदा वर्षांचा असताना मुंबईला त्याला एक पारशी बाई भेटली होती. तिची आठवण त्याला ह्या बाईकडे बघून झाली.

शहरातील आमच्या घरी येताच पांढऱ्या कोंबड्याला आम्ही कोठीच्या खोलीत बांधून ठेवले आणि दार लावून घेतले. माझ्या आईच्या, बहिणीच्या नजरेला कोंबडा पडू नये, अशी आमची इच्छा होती.

घरातले खिसाभर धान्य गुपचूप पळवून कोंबड्याला घालण्याचे काम कधी कधी बाबा करी. मी पाण्याने भांडे भरून आणी. कधी आईने घरातल्या कामासाठी आणलेल्या मटणातील तुकडासुद्धा बाप पळवून आणत असे. आईच्या ध्यानात येताच ती चौकशी करी की, मटणाचा तुकडा कोणी पळवला. यावर माझा बाप जमिनीवर पसरून झोपल्याचे सोंग करी. धान्य, मटणाचा तुकडा आणि कलेजीचा तुकडा, अधूनमधून नाहीसा कसा होतो, कोण नेते – याचा पत्ता माझ्या आईला कधीच लागला नाही.

दरम्यान उस्ताद चांगला तयार झाला. त्याच्या दोन्ही तंगड्या मजबूत झाल्या. एकदा आम्ही त्याला बकऱ्याचे ताजे रक्त पाजले, तेव्हा बेटा माझ्याशीच झुंजायला उठला. यापूर्वी मी त्याच्याशी झुंजलो होतो, म्हटले तेवढीच त्याची तयारी होईल. पण ह्या खेपेला ताज्या रक्ताचा गुण दिसला. कोंबड्याने विलक्षण त्वेषाने माझ्यावर झेप घेतली. त्याच्या धारदार नखांनी माझे हात रक्तबंबाळ झाले. उस्तादने माझ्या चेहऱ्यावर झेप घेतली, तेव्हा मी घाबरलो.

माझा बाप म्हणाला, ''हे उत्तम लक्षण आहे पोरा, उस्ताद झुंज जिंकणार!''

मग उस्तादला बांधून घालून आम्ही शंकरकाकाकडे गेलो. त्याचा एक उत्तम कोंबडा होता. तो सगळ्या जिल्ह्यात उजवा होता. त्याला तोडच नव्हती. ह्या कोंबड्याला झुंजीत हरवील, तसा कोंबडा आम्ही तयार करत होतो, याचा काकाला काही पत्ता नव्हता. काकाच्या तांबड्या कोंबड्याने त्याला अमाप श्रीमंती मिळवून दिली होती. ह्या कोंबड्याविरुद्ध कोंबडा सोडायला सगळ्या जिल्ह्यात कोणी धजावत नव्हते. माझ्या बापाला वाटत होते की, आमचा उस्ताद ह्या कोंबड्याला हमखास मारील. मलाही तसेच वाटत होते.

पण प्रत्यक्ष काकाचा कोंबडा पाहिला, तेव्हा माझी उमेद पार नाहीशी झाली. अहो, भलताच कडक कोंबडा काकाचा! एखाद्या राजासारखा अंगणातून हिंडत होता.

कुंपणाशी उभे राहून आम्ही बघत राहिलो.

काका आपल्या लाडक्या कोंबड्याला छातीशी धरून गोंजारत होता. मध्येच त्याने कोंबडा खाली ठेवला. कोंबडा धावू लागला, तसा हा मागून धावू लागला. अशी पाठशिवणी थोडा वेळ चालली. मग काकाने कोंबडा धरला आणि उंच आभाळात फेकला. दोन्ही पंखं उघडून सावकाश तरंगत कोंबडा खाली उतरला आणि रुबाबात चालत काकापाशी गेला. त्याच्या कवेत शिरला. काकाने बाळाला गोंजारावे, तसे त्याला गोंजारले. लाड-लाड केले.

काका म्हणाला, ''हा माझा खजिना आहे, खजिना.''

माझ्या बापाने विचारले, ''पंधरा रुपयाला विकत देतोस का?''

''पंधरा? पाचशे रुपये मोजलेस, तरी देणार नाही.''

''पंधरा रुपयाच्यावर एक आणा नाही देणार मी असल्या कोंबड्याला.''

''थट्टेनं म्हणतोस, का खरं?''

''पैज मारतोस का? ह्याच्यापेक्षा उजवा कोंबडा मी आणतो.''

''ह्याच्यापेक्षा भारी कोंबडा आणशील? आण. हरवलंस ह्याला, तर म्हणशील ते देईन.''

''ठरलं! पैज! हरलो, तर मी पाच म्हसरं देईन!''

''उगंच पैज मारू नकोस. दावणीला एखादं म्हसरू तरी आहे का तुझ्या?''

''हा पोरगा आहे की! दहा म्हसरांना भारी आहे.''

काकाने मला नीट तपासले. म्हणाला, ''लई बारीक आहे. हा पाच म्हसरांच्या किमतीचासुद्धा नाही.''

बाप म्हणाला, ''सात म्हसरांच्या आहे.''

मग काकाने आपल्या कोंबड्याला हुकूम केला, ''ह्याला जरा बघ रे टोकून!''

लगेच कोंबड्याने मला दणकन टोच मारली. माझ्या हातातून रक्त आले. काका पुन्हा म्हणाला, ''जरा पायाकडं बघ.''

लगेच कोंबड्याने माझ्या पायाला टोच हाणली.

माझ्या हातातून निघालेल्या रक्ताला बोट लावून काकाने ते बघितले. मान हलवली, उदास होऊन म्हटले, ''फार पातळ रक्ताचा आहे हा, ह्याला घेऊन मी काय करू?''

"अरे, हा झुंजीच्या टाइमाला शिट्ट्या मारील, हाळ्या मारील!"

"छे! ह्याचा आवाज फार बारीक आहे!"

"पैजेचे आकडे हा ध्यानात ठेवील. गणित बरं आहे त्याचं."

"होय? खरं का रे पोरा?"

"हो, हो!"

"ठीक. बरं का, माझं घर साऱ्या म्हसराच्या किमतीचं आहे. माझा कोंबडा हरला, तर मी तुला घर द्यायचं. तुझा हरला, तर तू मला हा पोरगा द्यायचास!"

"ठरलं!"

"दे हात."

"घे."

पैजेची बातमी आधी आमच्या गावात आणि मग साऱ्या शहरात पसरली. धंदेवाईक जुगारी आमच्या घरी येऊन, 'तुमचा कोंबडा दाखवा' म्हणू लागले. पण माझ्या बापाने कोंबडा कुणाला दाखवला नाही. लोक यायचे थांबले. 'एवढ्या प्रख्यात कोंबड्याला आव्हान देण्यात माझ्या बापाने चूक केली.' असेच सर्व लोकांचे मत पडले.

रविवारची झुंज ठरलेली होती. रविवार उजाडला आणि मुसळधार पावसाला सुरुवात झाली! 'झुंज पुढच्या रविवारपर्यंत पुढे ढकलण्यात आली आहे', असे जाहीर झाले. माझ्या बापाला या घटनेचा आनंदच झाला. कोंबडा तयार करायला तेवढाच वेळ मिळाला.

रविवार उजाडला. सकाळी लवकर उठून आम्ही कोंबडा नदीवर नेला. पाणी गार होते. पण माझ्या बापाचे म्हणणे पडले की, कोंबड्याच्या स्नायूला हेच पाणी उत्तम. कोंबड्याला आम्ही अंघोळ घातली.

सूर्य उगवून थोडा वर आला, तसे आम्ही झुंजीच्या मैदानाकडे गेलो. गावाच्या मध्यभागी हे मैदान होते. मैदान गच्च भरलेले होते. काका आमची वाटच बघत होता. खरे तर एरवी ह्या वेळेला तो अंथरुणातच असायचा. काकाच्या आजूबाजूला गावातले बरेच धंदेवाईक जुगारी दिसत होते. आम्हाला बघताच ते पुढे येऊ लागले. त्यासरशी बापाने कोंबडा माझ्या हातात दिला आणि 'चिवडा विकणाऱ्या दुकानदाराच्या पालामागे लप', म्हणून सांगितले.

जुगाऱ्यांच्या दृष्टीला पडण्याच्या आत मी कोंबडा घेऊन पळालो.

चिवडेवाल्याच्या दुकानामागे मी लपलो. कोंबडा छातीशी धरला होता. त्याच्या हृदयाचे ठोके मला ऐकू येत होते. आपण झुंजणार का मरणार, हे कोंबड्यांना कळलेले असते.

मी पालामागे बराच वेळ दडून बसलो होतो. बापाने तिकडून खूण करताच मी मैदानाकडे धावत गेलो. कोंबडा त्याच्या हाती दिला. मैदानात उतरलो. त्यासरशी काही लोक बसले होते, ते उठले. कुजबुज ऐकू आली. माझ्या बापाच्या दोन्ही बाजूला दोन पंच येऊन उभे राहिले. आमचा कोंबडा त्यांना तपासून बघायचा होता. काकाच्या कोंबड्याला बाजूला केला. पंच लोकांनी कोंबड्याच्या पायाला पोलादी नखे लावली.

मग काका पंचापाशी गेला. आपला कोंबडा त्याने पंचापासून घेतला. माझा बाप पंचापाशी गेला. त्यानेही आमचा पांढरा कोंबडा घेतला. मैदानाच्या मध्यभागी एकमेकांकडे तोंडे करून दोघेही उभे राहिले. दोन्ही कोंबडे एकमेकांना बघून घेत होते.

मग एकाएकी भयाण शांतता पसरली!

काकाने आमच्या कोंबड्याचे डोके धरले आणि आमच्या कोंबड्याने काकाच्या कोंबड्याला मानेवर टोचा मारल्या. मग माझ्या बापाने आमच्या कोंबड्याचे डोके धरले आणि काकाच्या कोंबड्याने टोचा मारल्या. हा प्रघात होता, तो झाला. दोन्ही कोंबडे मागे झाले आणि घंटा वाजली. दोघांनी कोंबडे मैदानात सोडले आणि झुंजीला सुरुवात झाली.

माझा बाप मैदानाच्या एका कोपऱ्यात पळाला. काका दुसऱ्या कोपऱ्यात पळाला. झुंजणाऱ्या कोंबड्याभोवती पंच नाचू लागले. सावकाशपणे, एकमेकांचा अंदाज घेत-घेत दोन्ही कोंबडे जवळ जवळ येऊ लागले.

काकाच्या कोंबड्याने एकदम उडी घेतली, पण मधेच तो थांबला. कोणत्या पायाने आधी मारावे, ह्याबद्दल त्याचा निर्णय झाला नसावा. मग दोन्हीही कोंबड्यांनी एकमेकांभोवती रिंगण मारले आणि एकदम दोघेही एकमेकांवर धावले.

आभाळ गडगडावे, तसा गोंधळ झाला. उंच आरोळ्या उठल्या, भिंतीवर आपटल्या आणि गावाच्या त्या कडेशी जाऊन विरून गेल्या.

आमचा कोंबडा लांब जाऊन आदळला होता. पण काकाच्याही कोंबड्याचे एक पखाड चिरले होते. पिसाटे चोहीकडे उडाली होती.

नाचत नाचत ते दोघेही पुन्हा मध्यभागी आले. काकाच्या कोंबड्याने पुन्हा झेप घेतली. त्याच्या पायाचे पोलादी नख टार टार हवा फाडत गेले. पण आमचा कोंबडा जमिनीशी असा मुरला की, ह्याला डिंक लावून चिकटवला आहे, असे वाटावे. काकाच्या कोंबड्याची झेप एक फूटभर पलीकडे पडली. त्यासरशी आमचा कोंबडा त्याच्यावर धावला आणि पाठोपाठ दोन वेळा त्याने जोरदार हल्ला चढवला.

कानठळ्या बसाव्यात, अशा आरोळ्या उठल्या. आता दोन्हीपैकी एक कोंबडा मरणार, अशी सर्वांची खात्री झाली होती.

मग उंच उठलेल्या आरोळ्या आभाळात मधोमध थांबल्या. कच्चा बांध फुटून पाणी धोधावावे, तशा धोधवल्या आणि एकदम थांबल्या. बारीक कुजबुज तेवढी चालू राहिली.

आमच्या कोंबड्याच्या पायाला लावलेले पोलादी नख मोडले होते. काकाचा कोंबडा उताणा पडला होता. तो रक्तबंबाळ झाला होता. जरा वेळ दोन पायावर कसाबसा उभा राहिला. पायावर मुरला आणि आमच्या बिनहत्यारी कोंबड्यावर त्याने हल्ला चढवला.

प्रेक्षक उभे राहिले. आणि त्यांनी आरोळ्या ठोकल्या. माझ्या बापाने आमचा कोंबडा शेपटाला धरून मागे ओढला. काकाने त्याचा कोंबडा धरला. आपले तोंड उघडून कोंबड्याचे मुंडके तोंडात घेतले. नंतर तळहातावर थुंक टाकून कोंबड्याच्या पायाला मालीश केले.

पंच लोकांनी पुन्हा आमच्या कोंबड्याला पोलादी नख बांधले. कोंबड्याला घेऊन माझा बाप मैदानाच्या मध्यभागी उभा राहिला. सामने माझा काकाही उभा राहिला.

दोन्ही कोंबडे एकमेकांकडे खुनशी नजरेने बघत होते. तेवढ्यात चटकन माझ्या बापाने आमच्या कोंबड्याच्या तोंडात काहीतरी घातले.

मग दोघांनीही आपले कोंबडे जमिनीवर ठेवले. पंखे फुलवून दोन्हीही कोंबडे पुन्हा एकमेकांशी भिडले. नखांनी मारामारी करू लागले.

आमच्या कोंबड्याच्या मानेवरची पिसे पार छाटली गेली. तो रक्तबंबाळ झाला. जमिनीबरोबर मुरून पुन्हा तो आपल्या प्रतिस्पर्ध्यावर धावून गेला. काकाचा कोंबडा उताणा पडला, दोन्ही पायांनी आपले डोके सांभाळू लागला. आमचा कोंबडा तडाखे देतच होता, पण काही उपयोग होत नव्हता. काकाचा कोंबडा हुशार होता. चपळ होता. पाठीवर लोळण घेऊन

तो गडगडत दूर गेला. आमचा कोंबडा मागोमाग धावला. दारू प्यायलेल्या हमालासारखा तो बेफाम झाला होता. पुन्हापुन्हा काकाच्या कोंबड्याला हाणत होता.

माझ्या डोक्यात प्रकाश पडला. माझ्या बापाने मघाशी कोंबड्याच्या तोंडात अफू घातली होती.

बिचारा काकाचा कोंबडा! त्याच्या उठण्याला काही ताळतंत्रच राहिले नव्हते. आमच्या कोंबड्यावर अफूचा अंमल चढत होता. कोणत्याही क्षणी तो आता जमीनदोस्त झाला असता. पण तेवढ्यात चमत्कार घडला.

काकाच्या कोंबड्याने झेप घेतली आणि आमच्या कोंबड्याचे डावे पखाड खाली पाडले. त्याला तोल सांभाळता येईना. पण अफूचा अंमल जोरदार होता. डोळ्यावर झापड येत होती.

प्रेक्षक खूप ओरडा करत होते. माझ्या छातीचे ठोके मला ऐकू येत होते. भिंताडाला धरून माझा बाप उभा होता. काय होते, म्हणून वाट बघत होता. काका मुंडी वाकवून झुंज पाहत होता. प्रेक्षक आरोळ्या ठोकत होते. वळल्या मुठीने हवेत वार करत होते.

एकाएकी आमच्या कोंबड्याने जोरदार हल्ला चढवला. काकाच्या कोंबड्याचे मुंडके तुटले. आणि जमिनीवर घरंगळले!

आमचा कोंबडा वाट बघत थांबला. मुंडी नसलेल्या काकाच्या कोंबड्याने उडी घेतली आणि तो धरणीवर पडला, उठला. वेडपटासारखा मैदानाच्या मध्यभागापर्यंत धावत गेला. जणू काय, आपण झुंजणार, अशा थाटात आमच्या कोंबड्याच्या पुढे येऊन उभा राहिला. मुंडी तुटली, तरी त्याचा रुबाब कायम होता.

सर्वत्र विलक्षण शांतता पसरली.

काकाचा कोंबडा धडपडत थोडा चालला. खाली पडला आणि मरून गेला.

मग आमचा कोंबडाही खाली पडला. अफूच्या अमलामुळे त्याचे पाय थरथरत होते.

झुंज संपली होती, निकाल लागला होता.

आमच्या उस्तादचा जय झाला होता.

■

एक शोकांतिका

वाईट दिवस आले होते. टोळधाडीमुळे भाताचे सगळे पीक बुडाले होते. टोळधाड गेल्यावर आम्ही वालाचे पीक घेतले. पण ऐन वेळी आग लागून हेही पीक बुडाले.

माझे भाऊ कंटाळून गेले. फुकट राबण्याचा त्यांना वीट आला. चार दिशांनी ते निघून गेले. माझी आई आणि बहिणी कामे मिळवण्यासाठी दारोदार हिंडल्या, पण सर्वांनाच वाईट दिवस आले होते. दुसऱ्याला काम द्यावे, अशी कुणाचीच परिस्थिती नव्हती. पोरे-बाळे जंगली फळे गोळा करत रानाडोंगरातून हिंडू लागली. मोठे लोक मटणमार्केटच्या तारेबाहेरून खाटकाच्या दुकानाकडे आशाळभूतपणे बघत उभे राहू लागले.

चांगल्या अन्नाअभावी आम्ही सगळे खराब दिसू लागलो. धंदेवाईक जुगाऱ्यांपाशी मात्र चांगला पैसा होता. ते हॉटेलात जात आणि लेकाचे तळलेले मासे आणि पांढराशुभ्र भात खात.

पावसाळा येऊ घातला होता. यंदा दुष्काळ पडणार, अशी भूमका सगळीकडे उठलेली होती. रानात गवत नसल्यामुळे आमची म्हसरे पार म्हातारी झाली होती. माझ्या बापाचा झुंजीचा कोंबडा हाच एक गलेलठ्ठ प्राणी सगळ्या घरात होता. हा कोंबडा म्हणजे 'उस्ताद'चा पोरगा. ह्याच्या बापानेच काकाच्या कोंबड्यावर जय मिळवून आम्हाला घर जिंकून दिले होते. ह्या गोष्टीला आता तीन वर्षे झाली होती. माझ्या बापानेच मला सक्त ताकीद दिली होती की, काहीही परिस्थिती असली, तरी ह्या कोंबड्याला उत्तमातले उत्तम तांदूळ मिळाले पाहिजेत. माझी बहीण मंगी आजारातून उठल्यामुळे अशक्त झाली होती. तरीसुद्धा तिच्या ताटलीतले उकडलेले

अंडे उचलून माझा बाप ह्या कोंबड्याला चारत असे. मोठी झुंज जिंकण्यासाठी तो कोंबडा तयार करण्याच्या मागे होता.

पाऊसकाळ आला. श्रीमंत माणसे आणि गरीब शेतकरी खाण्यापिण्यावर पैसा खर्च करू लागले. जुगाराकडे कुणी वळत नव्हते.

अशा काळात माझा नादी बाप मागल्या दारी बसून कोंबड्याला मसाज करत असे. तो कुठे बाहेर येत-जात नसे. काही उद्योगधंदा करत नसे. कोंबड्याच्या पायाला मसाज करत नुसता बसून असे. तळहातावर थुंकी टाकून कोंबड्याचे पाय चोळता-चोळता त्याची नजर सोनेरी भविष्यकाळावर लागलेली असे.

आई कुठूनतरी अन्नपदार्थ घेऊन येई, तेव्हा माझा बाप कोठीच्या खोलीकडे जाई. संध्याकाळपर्यंत तिथे बसून राही. काही वेळा कोंबड्याला सोबत म्हणून तिथेच झोपून जाई. अगदी लवकर हा कोंबडा बांग देऊन माझ्या बापाला जागे करी. मग माझा बाप उठून घरात येई. चोरासारखा स्वयंपाकघरात शिरून शिळा भात मिळतो का, म्हणून हुडकाहुडकी करी. मग पुन्हा कोंबडा कोंडून आपण झोपून जाई, तो संध्याकाळपर्यंत.

आई शांतपणे सगळे पाहत होती. पण एके दिवशी तिचा सगळा सोशिकपणा संपला. आणि रागाच्या भरात माझा बाप झोपला होता, ते बाकडे तिने लाथेने उडवले. माझा बाप खाली पालथा पडला, तोंड वर करून त्याने एकवार आईकडे पाहिले आणि अंग मुडपून तो पुन्हा झोपून गेला. आईने माझ्या बहिणीला बरोबर घेतले. शेजारीपाजारी, घरोघरी त्या दोघी हिंडल्या. कुणाचे तांदूळ कांडून दे, कुणाचे पाणी आणून दे, असली कामे रोजगारीने करून त्या दोघी घरी परत आल्या. मिळालेले धान्य एका टोपलीत भरून ती टोपली आईने डोक्यावर घेतली होती.

आई परत आली, तरी माझा बाप झोपलेला होता. 'थोडा भात शिजव', असे बहिणीला सांगून माझी आई गार पाण्याचा तांब्या घेऊन झोपलेल्या बापापाशी गेली. तांब्या तिने बापाच्या तोंडावर ओतला. माझा बाप ताडकन उठला. रागारागाने त्याने आईकडे पाहिले. आपला लाडका कोंबडा काखेला मारला आणि परसदारी बसून तो त्याला गोंजारू लागला.

आईचे धुणेपाणी सुरू झाले. बहिणीने भात करून मंगीला भरवला, तरीही माझा बाप कोंबड्याला गोंजारत बसला होता. आई रागाने वेडी झाली. ओरडून म्हणाली, ''तुम्हाला काही उद्योग नाही का?''

बाप म्हणाला, "मला उगीच सतवू नकोस. पैसा कसा मिळवायचा, याचा विचार मी करतोय."

त्यासरशी आईने लाकडाचे दांडके कोंबड्याला फेकून मारले. बाप सावध होताच. कोंबड्याला छातीशी धरून तो खाली वाकला. तरी दांडके त्याच्या डोक्याला लागलेच. रक्त आले.

बाप आईवर ओरडला, "काही भान आहे का नाही? मेला असता की कोंबडा!"

आई म्हणाली, "मला ह्या कोंबड्याची मान मुरगाळायची आहे."

मी मध्येच आठवण दिली, "पण तेवढीच दौलत आहे आपल्यापाशी."

आईने माझ्यावर एवढे मोठे डोळे केले. "तू तोंड बंद कर. थेट बापाच्या वळणावर चालला आहेस, तू कार्ट्या!"

आईचे तोंड असे झाले होते की, मला वाटले ती आता मोठमोठ्याने रडणार; पण खोचा खोवून ती कामाला लागली.

डोक्याला झालेल्या जखमेवर बाप उपचार करू लागला. त्याचे होईपर्यंत मी कोंबडा काखेत धरला.

"पोरा, त्याला नीट संभाळ बरं का!"

"हो."

"जा, नदीवर जाऊन त्याच्या पायाला मालिश कर. आपल्याला लगेच गावात जायचं आहे."

लगेच मी कोंबडा घेऊन नदीवर पळालो. नदीवर पोहोचताच, अंगावरच्या कपड्यासकट पाण्यात उडी टाकली. कोंबड्याला धरून पोहलो. तोंडात पाणी घेऊन ते मजेने कोंबड्याच्या अंगावर उडवले.

लगेच पळत घरी आलो. मग मी आणि माझा बाप झुंजीच्या मैदानाकडे गेलो. रविवार होता. बरेच जुगारी लोक आले होते. काही मास्तर आणि शेतकरीही दिसत होते. एक परगावचा पाहुणा आलेला होता. त्याच्यापाशी झुंजीचा काळा कोंबडा होता. ह्या मैदानात तरी आपले नशीब उघडते का, हे बघण्यासाठी तो मुद्दाम आला होता.

त्या पाव्हण्याने आमच्या कोंबड्याची परीक्षा घेतली. आमचा कोंबडा हव्या इतक्या उंचीवर धरून, आपला डावा डोळा मिटला आणि एका डोळ्याने कोंबडा तपासला. मग कोंबडा जमिनीवर ठेवून स्वत: वाकला.

कोंबड्याची पाठ त्याने खाली दाबून पाहिली, नाडी बघितली.

भणंगांनी, भिकाऱ्यांनी त्याच्याभोवती कडे केले होते. पाहुण्याच्या हुशारीकडे ते कौतुकाने बघत होते.

मग माझ्या बापानेही पाव्हण्याचा कोंबडा तपासून पाहिला. चेंडू फेकावा, तसा त्याला आकाशात फेकला आणि नीट तरंगत खाली येतो का, ते पाहिले. कोंबड्याची दोन्ही पखाडे पसरून पंखाचे हाड चांगले टणक आहे का, हे पाहिले.

लोकांनी ओळखले की, ही झुंज आता ठरली.

पाहुण्यांनी विचारले, "येत्या रविवारी?"

बाप म्हणाला, "फार लवकर होईल. माझ्या कोंबड्याची अजून तयारी व्हायची आहे."

हे बोलताना माझ्या बापाने खिशात हात घालून अंदाज घेतला, पण खिसा रिकामाच होता. झुंज ठरवायची कशावर?

दोन शेतकऱ्यांनी माझ्या बापाला दंडाला धरून बाजूला घेतले. त्याच्या कानात काही कुजबुजून हातात काही नाणी दिली. लगेच उजळलेल्या चेहऱ्याने पाहुण्यापाशी जाऊन माझा बाप म्हणाला, "ठीक आहे, येत्या रविवारी."

हे बोलणे झाले, त्याच्या दुसऱ्या दिवशीची गोष्ट. मी बाहेरून घरी आलो. आणि चुलीवर काही उत्तम पदार्थ आत शिजत होता, हे माझ्या नाकाला कळले.

माझा बाप अजून बाकड्यावर झोपला होता.

जरा वेळाने सगळे जेवायला बसले. आईने आज कोंबडीचा रस्सा केला होता. कितीतरी दिवसात इतकी उत्तम कोंबडी आम्ही खाल्ली नव्हती. माझ्या बापाने दोन वेळा आपली थाळी भरून घेतली. त्याने अगदी थोडा भात खाल्ला. कोंबडीच जास्त खाल्ली. मिटक्या मारत तो आईला म्हणाला, "उत्तम झाली आहे कोंबडी, आज."

आई अगदी शांत होती. माझ्या बहिणींना ती पुन्हा रस्सा वाढत होती.

बापाने पुन्हा विचारले, "काय गं, कुठं मिळाली एवढी चांगली कोंबडी?"

आणि पुन्हा रस्सा घेण्यासाठी तो चुलीकडे गेला. एकाएकी थांबला. आईकडे बघू लागला. त्याच्या चेहऱ्यावर भीती दिसली. घाबरून त्याने

विचारले, "माझा कोंबडा कुठं आहे, झुंजीचा?"

आई शांतपणे म्हणाली, "खाताय तुम्ही!"

माझ्या बापाने हातातली थाळी खाली टाकली. त्याचा चेहरा विलक्षण दुःखी झाला. धावत-धावत तो बाहेर पडला.

माझ्या बहिणी जेवू लागल्या. माझी मात्र जेवणावरची वासना उडाली होती. आई दटावून म्हणाली, "काय बघतोस रे?"

"बाबा गेले की!"

"कुठं जाताहेत. येतील संध्याकाळी परत. तू पुढ्यातलं संपव आधी. काही टाकायचं नाही थाळीत!"

■